இச்சைகளின் இருள்வெளி

இச்சைகளின் இருள்வெளி

சாரு நிவேதிதா

இச்சைகளின் இருள்வெளி
Ichaigalin Irulveli © 2018 Charu Nivedita

First Edition: 2008
First Edition by Ezutthu Prachuram : November 2018
(An imprint of Zero Degree Publishing)
ISBN: 978 93 87707 44 3
Title No. EP: 17

Zero Degree Publishing
No. 55(7), R Block, 6th Avenue,
Anna Nagar,
Chennai - 600 040

Website : www.zerodegreepublishing.com
E Mail : zerodegreepublishing@gmail.com
Phone : 98400 65000

Layout: Creative Studio

ஷார்ஜா பாலாஜிக்கு...

இந்த உரையாடலை எழுத்து வடிவம் ஆக்கியவர்
அருள் எழிலன்

முன்னதாக

ஒன்றரை வயது குழந்தையை எடுத்துச் சென்று பாலியல் வன்முறை செய்த ஒருவரை மக்கள் கட்டி வைத்து அடித்து உதைத்து போலீசில் ஒப்படைத்தனர்; நள்ளிரவு தன் கால் சென்டர் வேலையை முடித்துத் திரும்பிய பெண்ணை ஷேர் ஆட்டோவில் வந்த மர்மக் கும்பல் கடத்திச் சென்று பாலியல் வன்முறை செய்தது; கரும்புத் தோட்டத்தில் உறவுப் பெண்ணை பாலியல் வன்முறை செய்ய முயன்ற ஒருவரை கட்டி வைத்து அடித்தே கொன்று போட்டனர் கிராமத்து மக்கள்; கள்ளக் காதலனோடு சேர்ந்து கணவனை தீர்த்துக் கட்டிய பெண்களின் கதைகள், பாலியல் தொழிலில் ஈடுபட்ட பெண்களை நடுவீதியில் ஓட ஓட விரட்ட பலியாகி விழுந்த உயிர்கள் என எதன் நிமித்தம் இத்தனை உரிமைகள் கொள்ளையிடப்படுகின்றன? எதன் நிமித்தம் இத்தனை கொலைகள்? எல்லாம் பாலியல் சமாச்சாரங்கள்தான்.

"எப்பா, அவன் நம்ம குல சாமியப்பா, பெத்த புள்ளையா இருந்தாலும் சாதி மாறி படிதாண்டினான்னு பெத்த புள்ளையவே தீயை வெச்சு எரிச்சவம்பா!" என்கிற குரல்கள் விசித்திரமான புனிதங்களாக மாற்றப்படுவது எப்படி? பெற்ற பிள்ளை சாதிமீறி காதலிக்கிறபோது தன் பிள்ளையையே எரித்துக் கொல்லும் கொடூரத்தைக் கொண்டாடுகிற ஒரு சமூகத்தில் நாம் வாழ்ந்து கொண்டிருக்கிறோம். இவை எல்லாம் ஒரு புறம் இருக்க,

நாம் இந்தப் பாலியல் அபத்தங்களைப் பேசியாக வேண்டும். ஏனென்றால், நமக்கு மறதி அதிகம். கொஞ்ச காலத்துக்கு முன்னால் டாக்டர் பிரகாஷ் தமிழ் ஊடக உலகின் வழியே நினைவில் நின்றார். பின்னர் ஒரு கன்னட பிரசாத் சூடாகவும் சுவையாகவும் செய்தி சமைத்தார். அல்லது இதை எல்லாம் விட பல்லாவரத்துப் பெண்ணான வித்யா தன் கணவனை மூணாறு மலைப் பகுதியில் கொல்வது நமக்கு அதைவிட சுவாரசியமாகத் தெரியும். ஆனால் எத்தனை நாளைக்குத்தான் இந்த விநோத கொலைகளையும் ரத்தங்களையும் நாம் ரசித்துக் கொண்டிருக்க முடியும்?

கொலைகாரி வித்யாவைப் பற்றி கதைக்கிற நாம் அவளுக்கு மறுக்கப்பட்ட பாலியல் அநீதி பற்றி எப்போது கேள்வி எழுப்பப் போகிறோம்? நான் வித்யா செய்த கொலையை நியாயப்படுத்தவில்லை. ஆனால் இனிமேலும் அதைப் பேசாமல் விட்டால் வித்யாக்களின் கதை தொடரும். புதிய கன்னட பிரசாத்துகள் கிளம்பி வருவார்கள்.

அதனால்தான் தமிழ்ச் சூழலுக்குப் பொருந்தும்படியான, பேசாப்பொருளான பாலியல் உரையாடலை கேரள எழுத்தாளரும் பாலியல் தொழிலாளியுமான நளினி ஜமீலாவையும் தமிழகத்தின் கலகக் குரலான சாரு நிவேதிதாவையும் இணைத்து உரையாட வைத்தோம்.

தமிழ்க் கலாச்சார பாலியல் தொடர்பான இந்த விவாதம் அறிவியல் ரீதியிலானது அல்ல. மாறாக நாம் அன்றாட வாழ்க்கையில் பேருந்துகளில், சாலைகளில், அடுப்படிகளில், குளக்கரைகளில், மேம்பாலங்களின் கீழ் சந்திக்கிற பிரச்சினை களின் தத்துவார்த்த ரீதியிலானது மட்டுமே. ஒரு பாலியல் விவாதமாக இதை எடுத்துச் செல்வது மட்டும்தான் எங்கள் நோக்கம். அதைத்தான் சாருவும் ஜமீலாவும் செய்திருக்கிறார்கள்.

இந்த விவாதத்தின் பொது ஓட்டத்தில், மனிதர்களின் பால் இந்த இருவரும் கொண்டுள்ள கருணை வெளிப்படும். பெண்களின் பால் கொண்டுள்ள காதலும் அவர்களின் சுதந்திரம் பற்றிய கவலையும் வெளிப்படும்.

பின்பு ஒவ்வொருவரும் தங்கள் தங்கள் வீட்டுக்குப் போனார்கள். இயேசுவோ பொலிவ மலைக்குப் போனார். காலையிலே அவர் திரும்பவும் தேவாலயத்துக்கு வந்தார். ஜனங்கள் எல்லோரும் அவரிடம் வரவே, அவர் உட்கார்ந்து அவர்களுக்கு உபதேசஞ் செய்தார். அப்பொழுது விபச்சாரத்தில் பிடிபட்ட ஒரு ஸ்திரீயை வேதபாரகரும் பரிசேயரும் அவரிடம் கொண்டு வந்து நடுவே நிறுத்தி "போதகரே இந்த ஸ்திரீ விபச்சாரத்தில் கையும் மெய்யுமாய் பிடிபட்டாள். இப்படிப்பட்ட ஸ்திரீகளைக் கல்லெறிந்து கொல்ல வேண்டும் என்று மோசே நியாயப் பிரமாணத்தில் நமக்கு கட்டளை இட்டிருக்கிறானே; நீர் சொல்கிறதென்ன?" என்றார்கள். அவர் மேல் குற்றம் சுமத்த வேண்டும் என்று அவரைச் சோதிக்கும்படி இப்படிச் சொன்னார்கள்.

இயேசுவோ குனிந்து விரலினால் தரையிலே எழுதிக் கொண்டிருந்தார். அவர்கள் ஓயாமல் அவரை கேட்டுக் கொண்டிருக்கையில் அவர் நிமிர்ந்து அவர்களைப் பார்த்து "உங்களில் பாவமில்லாதவன் எவனோ அவன் முதலாவது இவள் மேல் கல்லெறியக் கடவன்" என்று சொல்லி மறுபடியும் குனிந்து தரையிலே எழுதிக் கொண்டிருந்தார்.

நிகழ்காலத்துக்கு வருகிறேன்... இப்போது நளினி ஜமீலா மீது கற்கள் விட்டெறியப்படுகின்றன. "இந்த விபச்சாரிகளுக்கு இதுதான் நடக்கவேண்டும்" என்று சாபமிட்டபடி அடித்துக் களைத்த பின் அவளிடமிருந்த நறுமணத் தைலங்களையும் சில பட்டு அங்கவஸ்திரங்களையும் எடுத்துச் செல்கிறார்கள். அதற்குப் பின்னரும் அவள் தன் தொழிலை நிறுத்தாமல் நெடுஞ் சாலை ஓரங்களிலும் நட்சத்திர விடுதிகளிலும் தன் உடலை விற்றுக் கொண்டாள். பலருக்கு நம்பிக்கையை வழங்கினாள். சிலருக்குத் தன் அம்மணத்தை மட்டும் பரிசளித்தாள்.

பின்னர் ஒருநாள் தன் வாழ்க்கையை அவள் சுயகதையாக எழுதியபோது அந்த எழுத்து, பருவ காலத்தில் வந்த புதுத் தும்பிகளைப்போல பறந்து சென்றது. இலக்கிய மேடைகளில் ஜமீலாவோடு எந்த இலக்கியவாதியும் பங்கேற்கத் துணியவில்லை. காரணம், ஜமீலாவின் கதை மலையாளக் கதையாடலில்

இதுவரை பேசப்பட்டு வந்தமரபுகளை உடைத்து எறிந்தது. சந்தன நிறமுள்ள வேட்டி, நெற்றிப்பொட்டு, இறுக்கமான மலையாள மணம் என நளினியின் அனுபவங்கள் அதை எள்ளி நகையாடி வீதியில் வீசிவிட்டுப் போய் விட்டது. ஆனால் இது மலையாளிகளுக்கான கதைதானா? இதில் தமிழ்க் கலாச்சாரத்துக்கும் தமிழர்களுக்கும் ஏதும் பங்கு இல்லையா எனக் கேட்ட போது, நளினியின் கதையாடலின் ஒவ்வொரு வரியும் தமிழ்ச் சமுகத்துக்கும் பொருந்தும்படியாய் இருந்தது. இங்கும் வீதியில் வீசப்பட வேண்டிய கலாச்சார பண்டல்கள் ஏராளமாக இருக்கிறது. எனவே தான் ஜமீலாவைக் கொண்டு தமிழ்ச் சூழலை மையப்படுத்தி பாலியல் பண்பாடு தொடர்பான ஒரு நூல் கொண்டு வரவேண்டும் என ஆசைப்பட்டோம். நளினி ஜமீலா என்னும் அந்த மலையாள எழுத்தாளருடன் உரையாட தமிழில் பலரது பெயர்களை பரிசீலித்தபோது திடமாகப் பொருத்தமான ஆளுமைக்காரராக தோன்றியது சாரு நிவேதிதா.

சாரு, தில்லியில் வாழ்ந்தபோது அவரது விருப்பமும் பரிச்சயமும் அவரை நாடக உலகத்தோடு நெருக்கி வைத்திருந்தது. பல கலைஞர்களுக்கும் ஒரு கூடமாக இருக்கும் “நேஷனல் ஸ்கூல் ஆஃப் டிராமா” டில்லியில் இருந்ததும் அதற்கு ஒரு காரணம். ஆக, இந்த சாரு என்கிற கலகக்காரன் உருவானது டில்லியில்தான். கிட்டத்தட்ட 12 ஆண்டு காலம் டில்லியில் இருந்தபடியே நாடகம், சினிமா, இலக்கியம் என புழங்கி வந்த சாருவுக்கு, சுமாராக பத்து ஆண்டுகளுக்கு முன்பு மதுரையில் ராமசாமி நடத்திய நாடக விழாவில் நாடகம் போட அழைப்பு வந்ததாம். நாடக விழா ஏற்பாட்டாளர்கள் சாருவுக்கு போட்ட இரண்டு நிபந்தனைகள், நாடகம் ஆபாசமான கெட்ட வார்த்தைகளோடு இருக்கக்கூடாது. இன்னொன்று நாடக வளாகத்தில் புகை பிடிக்கக்கூடாது என்பது. சாரு “சரி...சரி...” என தலையாட்டி விட்டு விழாவுக்குப் போக ஆரம்பமே அதகளமான துவக்கம் தான். நாடகத் துவக்க விழாவில் குத்து விளக்கு ஏற்றுவது, பட்டுப் புடவையோடு வந்து சலசலப்பது என கன்சர்வேட்டிவ் தனத்தோடு நடந்த அந்த நாடக விழா சாருவை ஏகத்துக்கும் டென்ஷன் ஆக்கியிருக்கிறது. ஒரு பக்கம் மது அருந்தக்கூடாது,

சிகரெட் பிடிக்கக்கூடாது என்கிற கட்டுப்பாடுகளோடு விழாவின் சம்பிரதாயங்களும் சூட்டைக் கிளப்பியிருக்கிறது.

சாருவின் நாடகம் துவங்கியது. "ரெண்டாம் ஆட்டம்" என்று அந்த நாடகத்துக்குப் பெயர் வைத்தார். நாடகம் துவங்கிய உடனேயே சாரு மேடைக்கு வந்தார். "இதுவரை நாம் பார்த்த நாடகத்திலிருந்து சில ரசமான காட்சிகளை இப்போது மீண்டும் நிகழ்த்தச் செய்வோம். ஆனால் அதற்கு முன்னால் எனக்கு ஒரு mood வரவேண்டும்" என்றபடி ஒரு சிகரெட்டை எடுத்து பற்ற வைத்து முழு சிகரெட்டையும் அடித்து முடித்ததும், ஒருவர் மேடைக்கு வந்து "போலீஸ் ஸ்டேஷன் சீனைப் போடுங்க" என்கிறார். உடனே சாருவின் நடிகர்கள் போலீஸ் ஸ்டேஷனாக மாறுகிறார்கள். அங்கு ஒரு போலீஸ்காரன் ஒரு பெண்ணை கத்தியால் குத்துவது போலவும், பின்னணியில் சில்க் ஸ்மிதாவின் முனகல் இசை கேட்கிற மாதிரியும் ஒரு காட்சியை அமைத்திருந்தனர்.

அதாவது, ஒரு போலீஸ் ஸ்டேஷனில் ஒரு பெண்ணை இரண்டு காவலர்கள் பாலியல் வன்முறை செய்கிற மாதிரி அந்தக் காட்சி. திடீரென அந்த காட்சி ரத்தாகி அடுத்த காட்சி. இரண்டு ஆண்கள்... இடுப்புக்கு மேலே ஆடையில்லாத வெற்றுடம்பு. இருவரும் நான்கு அடி தூரத்தில் நின்றபடி தங்கள் தேகத்தையும், எதிராளியின் தேகத்தையும் மோகிப்பதைப் போன்ற பாவனை செய்கிறார்கள். அது ஒரு சூசகமான, நளினமான ஹோமோசெக்ஷுவல் காட்சி. அடுத்தகணம், பார்வையாளர்களிலிருந்து சிலர் எழுந்து "நிறுத்துங்கடா நாடகத்தை; அடிங்கடா அவனை..." என்று சாருவை நொறுக்கி வறுத்தெடுத்தார்கள். பிறகு அந்தக் கூட்டம், "அரங்கிற்குள் சாருவை அடிக்கக்கூடாது; வெளியில் வாடா உன்னை அடிக்கிறேன்" என்று சொல்லி வெளியில் காத்திருந்ததாம். "அதுதான் நான் வாங்கிய முதல் அடி. அப்புறம் எவ்வளவோ வாங்கியாச்சு. ஆனால் அந்தச் சம்பவம் நடந்த பிறகு 'நாம்தான் மேடை தியரி தெரியாமல் நடந்து கொண்டோமோ?' என நினைத்து பிரேசிலின் நாடகக் கலைஞரான Augusto Boalஇன் நாடகக் கோட்பாட்டைப் படித்தேன். அப்போதுதான் தெரிந்தது,

நான் செய்த அந்த நாடக முயற்சி அதிநவீனமான வடிவம் என்று. அதை எனக்கு நிரூபித்தது அகஸ்த்தோ போவால்தான்" என்கிறார் சாரு. ஆரம்ப காலத்திலிருந்தே சாரு அமெரிக்காவில் இருந்து வெளிவரும் நாடக இதழான The Drama Review இதழின் தொடர்ச்சியான வாசகராக இருந்து வந்திருக்கிறார்.

சாருவின் எழுத்துக்கள் தமிழகத்தில் செல்லுபடியாகிறதோ இல்லையோ, அவர் கேரளத்தின் செல்லப் பிள்ளை. மலையாளத் தின் பிரதான இதழ்கள் அத்தனையும் அவரது கட்டுரைகளை வாங்கி வெளியிடுகிறது. பாலியல் தொடர்பான கலகத்தை சாரு அளவிற்கு வேறு யாரும் செய்திருப்பார்களா எனத் தெரியவில்லை.

இப்படியாகத்தான், இந்த விவாதம் தொடர்பாக பொருத்தமான இரண்டு பேர் சந்திப்பதென்பது சாத்தியமானது. சாருவும் ஜமீலாவும் இந்தச் சந்திப்பிற்கு முன்னதாகவே கேரளாவில் ஒருவருக்கொருவர் நன்கு பரிச்சயமானவர்களாயிருந்தனர்.

நளினி ஜமீலா பல பத்து ஆண்டுகளாக பாலியல் தொழிலில் ஈடுபட்டிருப்பவர். சாரு நிவேதிதா பல பத்து ஆண்டுகளாக மறைக்கப்பட்ட பக்கங்கள் குறித்து தீராமல் எழுதிக் கொண்டிருப்பவர். கலாச்சாரத்தை கட்டுப்படுத்த நினைப் பவர்களின் அதிகாரபீடத்தின் இடுக்குகளில் இருந்து ஒலிக்கும் குரல் இவர்களுடையது.

இந்த விவாதம் நடந்த போது நடந்த ஒரு அபத்தத்தைக் குறிப்பிட்டே ஆக வேண்டும். விவாதம் சூடுபிடிக்கத் தொடங்கிய இரவைத் தொட்ட ஏழரை மணி இருக்கும். விடுதி அறையின் தொலைபேசி மணி ஒலித்தது. "அந்த லேடி யாருங்க? நீங்கள் அங்கு இருக்கக்கூடாது உடனே கீழே ரிசப்சனுக்கு வாங்க" என்றது அந்த ஊழியனின் குரல். நான் கொஞ்சம் சமாளித்துப் பார்த்தேன். நளினி ஜமீலாவுக்குப் புரிந்துவிட்டது. விழுந்து விழுந்து சிரிக்கத் தொடங்கி விட்டார். நான் அந்தத் தொலைபேசி உரையாடலை அவமானம் கருதி இருவரிடமும் சொல்லவில்லை. "சாரு நாம் போகலாம். இந்த விவாதத்தை நாளை தொடரலாம்" என்றபோது சாருவுக்குப் புரிந்து விட்டது. வெளியில் வந்து

இருவரும் அவரவர் பாதையில் கிளம்பினோம். சாருவின் மனம் ஆறவில்லை. அவர் அந்த விடுதியின் மீது தன் அதிகார அஸ்திரத்தை வீசினார்.

அடுத்த சில மணிநேரங்களில் அந்த விடுதிக்கு ஒரு போலீஸ் ஜீப்பில் சில காவலர்கள் வந்து விடுதிக்காரர்களை எச்சரித்து விட்டு ஒரு மிரட்டு மிரட்டி விட்டுப் போனார்கள். மேலே அறையில் இருந்த நளினி ஜமீலாவிடம் வந்து "உங்களுக்கு ஏதாவது பாதுகாப்பு வேண்டுமா மேடம்?" என வந்திருந்த காவலர்கள் கேட்டு விட்டுப் போனார்களாம். அது குறித்து தன் கருத்தைப் பதிவு செய்த ஜமீலா இப்படிச் சொன்னார். "மரியாதைக்காரனுக்கும் மரியாதைக்காரனுக்கும் மூன்று பாதைகளாம். தெம்மாடிக்கும் மரியாதைக்காரனுக்கும் இரண்டு பாதைகளாம். தெம்மாடிக்கும் தெம்மாடிக்கும் ஒரே பாதைதான். அதுதான் என் பாதையும்" என்று பஞ்ச் டயலாக் மாதிரி நளினி சொன்னதில் யதார்த்தம் இல்லாமல் இல்லை. பலமுறை நான் எனது நண்பர்களோடும் கஸ்டமர்களோடும் இருக்கும்போது லாட்ஜின் அறைக் கதவை மூடி வைப்பதில்லை என்றும் சொன்னார் நளினி ஜமீலா. தனது 13 வயதில் இருந்து மண் சுமந்து வாழ்ந்த பெண் அல்லவா? அனுபவம் பேசுகிறது.

நம்மைப் போல் பயந்த சுபாவம் நளினியிடம் இல்லை. அவரை பயம் காட்ட எவரும் வருவதுமில்லை. ஒருமுறை நளினி ஜமீலாவை போலீசார் பிடித்துக் கொண்டு போனார்களாம். அப்போது நளினிக்கு உடல் சோர்ந்திருக்கிறது. "ஒன்று, என்னை சிறையில் அடையுங்கள்; அல்லது என்னை எங்கிருந்து அழைத்து வந்தீர்களோ அங்கே கொண்டு போய் விடுங்கள். அல்லது என்னைத் தூங்க விடுங்கள். அல்லது கொன்று போடுங்கள்" என்று போலீஸை அதட்டினாராம் ஜமீலா.

மற்றபடி ஜமீலாவுடனோ சாரு நிவேதிதாவுடனோ நீங்கள் எளிதில் முரண்பட்டு விட முடியும். காரணம், இந்த விவாதங்களின் மையமான குடும்பம், பாலியல் தொழில், செக்ஸ் தெறிப்புகள், கலாச்சார தாக்குதல்கள் என நமது ஒவ்வொருவரின் படுக்கையறையின் வெளியே நின்று அதன்

உள்நிலையை பேசுகிறது இந்த விவாதம். ஆனாலும் இதில் உள்ள நியாயங்களை உங்களின் நீதியான பார்வை கொண்டு அணுகுங்கள்... இந்த விவாதத்தின் மேல் ஆக்கினைத் தீர்ப்பிடுவார் யாராக இருக்க முடியும்?

டி. அருள் எழிலன்

இச்சைகளின் இருள்வெளி

சாரு நிவேதிதா :

சமீபத்தில் உன்னதம் இதழில் உங்களுடைய நேர்காணலைப் படித்தேன். அதற்கு முன்னால் உங்களுடைய சுயசரிதையைப் படித்திருக்கிறேன். என்னுடைய கல்லூரி நாட்களிலிருந்து இன்று வரை உலக இலக்கியத்தின் தீவிரமான வாசகனாக இருந்து கொண்டிருக்கிறேன். அந்த அனுபவத்தில் சொல்வதானால், உங்களுடைய சுயசரித்திரத்தைப் படித்தபோது 30 ஆண்டுகளுக்கு முன்னால் நான் படித்த சே குவேராவின் பொலிவியன் டைரி ஞாபகத்துக்கு வந்தது. என்னடா இது, இவன் இப்படிப் பேசுகிறானே என்று நினைக்க வேண்டாம். நான் இப்படிச் சொல்வதற்கு ஒரு காரணம் இருக்கிறது. சே குவேராவின் போராட்டம் மனித குலத்தின் விடுதலையைத் தனது கனவாகவும், ஆதர்சமாகவும் கொண்டது.

உங்களுடைய புத்தகம், பெண்ணின் பாலியல் சுதந்திரத்தின் ஆன்மாவைத் தரிசிக்க ஒரு வாசலைத் திறந்து விடுகிறது. மற்றவர்கள் நினைப்பது போல் அது ஒரு செக்ஸ் புத்தகம் அல்ல. எனக்கு உங்களுடைய சரிதம் புது அனுபவமாக இருந்தது. நாம் வாழ்கிற இந்த வாழ்க்கை தொடர்பாகவும் பாலியல் தொடர்பாகவும் நம் இருவரின் கருத்துக்களும் பல இடங்களில் ஒத்துப்போகின்றன. ஆண் பாலியல் தொழிலாளிகள் வெளிப்படையாக இல்லாத சூழலில் நான் பேசவும் எழுதவும்

நினைத்த பலவிஷயங்களை நீங்கள் எழுதியிருக்கிறீர்கள். வேறு வேறு திசைகளில் பயணப்பட்டாலும் நம் இருவரின் சிந்தனையும் கருத்துக்களும் ஒத்திருப்பதை உணருகிறேன். அதனால் நான் இந்தச் சந்திப்பை கேள்வி பதிலாக மாற்ற வேண்டும் என நினைக்கவில்லை. நாம் உரையாடலாம். நாம் இருவரும் உரையாடுவது போல் வேறு எந்த உரையாடலும் இருக்காது என்று நினைக்கிறேன். உன்னதம் நேர்காணலில் நீங்கள் “மனிதனின் முக்கால்வாசிப் பிரச்சினைகளுக்கும் பாலியல் அதிருப்திதான் காரணம்” என்று சொல்லியிருக்கிறீர்கள்.

நானும் தொடர்ந்து என்னுடைய புனைவுகளிலும் கட்டுரைகளிலும் பாலியல் சிக்கல்களையும், பிரச்சினைகளையும், அதன் தேவைகளையும் எழுதிக் கொண்டிருக்கிறேன். நான் பார்த்த, கேட்ட, அனுபவித்த பல பிரச்சினைகளின் அடியோட்டமாக இருப்பது செக்ஸாகத்தான் இருக்கிறது. இன்றைய தினம் சமூகத்தில் குற்றங்கள் அதிகரித்திருக்கின்றன. நீதி மன்றங்களில் விவாகரத்து வழக்குகள் நம்பமுடியாத அளவுக்குப் பெருகிக் கொண்டு போகின்றன. இதன் காரணத்தை நான் எழுதினால் “இவன் செக்ஸை எழுதுகிறான்” என்று என் மீது முத்திரை குத்துகிறார்கள்.

நளினி ஜமீலா :

அடிப்படையில் இவர்கள் செக்ஸ் என நினைக்கும் ஒன்றே தவறானது. யோனியும் லிங்கமும் கலக்கிற உடலுறவை செக்ஸ் என நினைக்கிற சமூகத்தில் நாம் வாழ்கிறோம். இதுதான் யதார்த்தம். இந்த யதார்த்த சூழல் என்னும் அரங்கிற்குள் இருந்துதான் நாம் போராட வேண்டியிருக்கிறது. பாலியல் பிரச்சினைகளின் வன்முறைத் திறவுகோல் நமது குடும்பத்தில் இருந்துதான் துவங்குகிறது. ஏனென்றால் ஒரு ஆண் குழந்தையும் பெண் குழந்தையும் உள்ள வீட்டில் பெண் குழந்தைக்கு கண்ணுக்கு மையிட்டு பூச்சூடி விதவிதமாக ஆடைகள் போட்டு அழகு பார்க்கிற குடும்பம் ஆண் குழந்தையை அப்படி அலங்கரிப்பதில்லை. அழகும் பார்ப்பதில்லை. யூனிஃபாமோடு சேர்த்து ஒரு சில ஆடைகளைக் கொண்டே ஒரு சிறுவனின் பள்ளிப்பருவம்

கழிகிறது. ஆடைகளில்லா உலகம் என்பது ஆண் சிறுவர்களின் உலகமாக இருக்க, அலங்காரங்களால் சிங்காரிக்கப்பட்ட கொலுப் பொம்மைகளாக வளர்க்கப்படுகிறார்கள் சிறுமிகள். அம்மணம் என்கிற நிர்வாணம் கூட பொதுவானதில்லை. ஆண் குழந்தை நிர்வாணமாக இருக்கிறபோது அதை சகஜமாக எடுத்துக் கொள்ளும் குடும்பம், பெண் குழந்தையை அப்படி இருக்க விடுவதில்லை. இயற்கையாக உண்டாகும் பாலியல் உணர்வை இவர்கள் கட்டுப்படுத்துகிறார்கள். அது வன்முறையாக மாறுவதும் இம்மாதிரி சூழலில் இருந்துதான்.

பாலியல் உணர்வு என்றால் இவர்கள் நினைக்கிற மாதிரி நான் செக்ஸை மட்டும் பேசவில்லை. ஆண் குழந்தைக்கு பெண் குழந்தை மேல் ஈர்ப்பு வருவதும், அக்காளுக்கு தம்பி மேல் ஈர்ப்பு வருவதும், அப்பாவுக்கு பெண் குழந்தை மேல் ஈர்ப்பு வருவதும் எதிர்பால் விருப்பத்தால்தான். அதுதான் இயற்கை. திடீரென ஒருநாள் அக்கா வயதுக்கு வருகிறாள். தம்பி கேட்பான். "அக்கா எங்கே?" "டேய் அந்தப் பக்கம் போகாதடா. அவகூட பேசாதடா. அவளுக்கு உடம்பு சரியில்லை" என்பார்கள். "அக்காவுக்கு உடம்பு சரியில்லை, அதான் பள்ளிக்கு வரவில்லை" என்று சாக்கு போக்கு சொல்வார்கள். "சரி, அக்கா கூட பேச விடலை. பாக்கக் கூடாதுங்கறாங்க. முன்னாடி எல்லாம் ஜூரம் வந்தாகூட அக்கா என் கூடத்தானே தூங்குவா? இப்போ மட்டும் அப்படி என்ன ஜூரம்?" என்று தம்பி கேட்டால் அதற்கு பெற்றோரிடம் பதில் இல்லை. ஏனென்றால் இதே அக்காவுக்கு முன்பு காய்ச்சல் வந்தபோதெல்லாம் தம்பியுடன் தான் தூங்குவாள். அதுவரைக்கும் அக்காளின் உலகம் வேறு. பெரியவளானதும் அவளது உலகம் வேறு.

கைகோர்த்து நடக்க, மூலைக்கடையில் மிட்டாய் வாங்கிச் சாப்பிட, அக்காவின் சட்டையைப் பிடித்தபடி பள்ளிக்கூடம் செல்ல என அனைத்துமே அதன்பிறகு மாற்றியமைக்கப்படுகிறது. மனதுக்குப் பிடித்த ஆசைகள், இயல்பான உணர்ச்சிகள் என அனைத்துமே இளம்பிராயத்தில் குடும்பத்தால் களவாடப்படுகிறது. இந்தக் களவாடுதல் ஒரு வேட்டை மாதிரி ஆணையும் பெண்ணையும் மரணம் வரை துரத்துகிறது. ஆனால் மனம்?

எனக்கும் அவனுக்கும் ஏதோ ஒரு வித்தியாசம் இருக்கிறது, அது என்ன என்று மனசு தேடும் போதுதான் பிரச்சினை வருகிறது. அவன் அல்லது அவள் அதைத் தெரிந்து கொள்ள ஆசைப்படுகிறாள். எப்படித் தெரிந்து கொள்வது?அப்போது அவர்களுக்கு முதலில் அறிமுகமாகிறது நீலப்படங்கள். இப்படியே பத்திரிகைக்கு வந்தால் மஞ்சள் பத்திரிகை. அனுபவிக்கப் போனால் சிகப்பு விளக்கு. இப்படி நீலத்திலும் மஞ்சளிலும் சிகப்பிலும்தான் இதுவரை வளர்ந்த நம் தலைமுறை பாலியலை கற்றுக் கொள்கிறது. இது ஒரு சமூகத்துக்கே அவமானம் இல்லையா? இந்த மூன்று இடங்கள் இல்லாமல் நம் குழந்தைகள் இதை எங்குதான் கற்றுக் கொள்வார்கள்? கற்றுக் கொள்ள வேண்டிய அவசியத்தை குடும்பம் அனுமதிக்கிறதா? இம்மாதிரி கேள்விகளோடு யோசிக்கும் போதுதான் தெரிகிறது, நம்மைச் சுற்றி ஏராளமான கசடுகள் இருக்கின்றன.

முன்பெல்லாம் கூட்டுக் குடும்பம் இருந்தது. அதில் முத்தச்சி (பாட்டி) இருப்பார். அவர் புதுமணத் தம்பதிகளுக்கு முதலிரவில் எப்படி நடந்து கொள்ள வேண்டும் என்று சொல்லிக் கொடுப்பார். அது உடல்ரீதியாக கொஞ்சம் பயனுள்ளதாக இருந்தது. ஆனால் இப்போது அதுகூட இல்லை. கூட்டுக் குடும்பச் சிதைவுக்குப் பின் பெண் வாழ்வு மேலும் மோசமாகியிருக்கிறது என்றுதான் நான் நினைக்கிறேன். ஆனால் கூட்டுக்குடும்பம் சிதைந்த மாதிரி திருமணச் சடங்குகள் சிதையவில்லை. இன்றும் முதலிரவு இருந்து கொண்டுதான் இருக்கிறது. பால் சொம்போடு மல்லிகை பூச்சூடி நளினமாக படுக்கையறைக்குள் தள்ளப்படுகிறாள் பெண். அங்கிருக்கும் ஆண் அவளை ஆதிக்கம் செய்யக் காத்திருக்கிறான். சினிமாவில் வரும் ரஜினி, கமல் மாதிரி தங்களை நினைத்துக் கொண்டு, ஆனால் ஹீரோ மாதிரி இல்லாமல் வில்லன் மாதிரி பொண்ணு மேல் பாய்கிறான். அவளுடைய விருப்பங்கள், தேர்வுகள் பற்றி ஒரு கவலையும் இல்லை. அதைக் கேட்பதோ பேசுவதோகூட இல்லை.

குடும்பம், 'இந்தப் பெண்ணை நீ இன்றிரவு பயன்படுத்திக் கொள்ளலாம்' என்கிற உத்திரவாதத்தை முன்பின் தெரியாத அந்த ஆணுக்கு வழங்க, அவன் பணம் நகைகளோடு

அந்தப் பெண்ணையும் கவர்ந்து கொள்கிறான். இன்னும் சொல்லப்போனால் குடும்பமே சேர்ந்து செய்கிற rape என்றுதான் திருமணத்தைப் பற்றி எனக்கு சொல்லத் தோன்றுகிறது. ஏனென்றால், குடும்பம் நமது பிராயங்களைக் களவாடுகிறது என்று சொன்னேன் இல்லையா, அது திருமணத்துக்குப் பிறகும் தொடருகிறது. இனவிருத்தி, மூத்தோருக்குச் சேவை என அது பல இடங்களிலும் பரந்து விரிந்து கிடக்கிறது. அந்தக் குடும்ப வன்முறையின் தெரிப்புகள் தான் சமூகத்திலும் வன்முறை வடிவமாகத் தெரிகிறது.

சாரு நிவேதிதா :

நீங்கள் சொல்வது சரிதான். குடும்ப வன்முறை தான் சமூக வன்முறைக்கு ஒரு அடிப்படைக் காரணம். திருமண வாழ்க்கையில் அந்த பந்தத்தை விருப்பப்பட்டால் முறித்துக் கொள்வதற்கு லகுவான சூழ்நிலை இல்லாததால் தினந்தோறும் ஏகப்பட்ட கொலைகள் நடந்து கொண்டிருக்கின்றன. நிர்ப்பந்தத்தினாலேயே பலர் குடும்ப வாழ்வின் வன்முறையைச் சகித்தபடி வாழ்ந்து கொண்டிருக்கிறார்கள். திருமண உறவில் ஒரு பெண்ணுக்கோ, ஆணுக்கோ தன் சொந்த விருப்பு வெறுப்பைத் தெரிவிக்கும் சுதந்திரம் இங்கு அறவே இல்லை. பாலியல் உறவு பற்றியோ கேட்கவே வேண்டாம். சில ஆண்டுகளுக்கு முன்னால் அம்பத்தூரில் ஒரு பெண்ணை அவளுடைய விருப்பமில்லாமல் ஒருவருக்கு திருமணம் செய்துவைத்தார்கள். அந்தப் பெண் அவனோடு இருந்து ஒரு குழந்தையும் பெற்றுக் கொள்கிறாள். ஒரு கட்டத்துக்கு மேல் அவளால் அந்தச் சூழலில் வாழ முடியவில்லை.

கணவன் மீதும் குடும்பத்தின் மீதும் வெறுப்பு. உறவை ரத்து செய்து கொண்டு போகவும் தெரியவில்லை. ஒருநாள் தன் குழந்தையையே கொன்று விடுகிறாள். இப்போது அந்தப் பெண் ஜெயிலில் இருக்கிறாள்.

பல்லாவரம் வித்யா கேஸை எடுத்துக் கொள்ளுங்கள். சாதி விட்டு சாதி காதலிக்கத் தெரிந்த அந்தப் பெண்ணுக்கு, அந்தக் காதலுக்காகப் போராடும் தைரியம் இல்லை. காரணம், அதை

வெளிப்படையாகச் செய்ய வேண்டும். கொலை என்றால் ரகசியமாகச் செய்து விடலாம். இதற்கிடையில் வித்யாவின் ‘வெர்ஷன்’ எதுவும் வெளிவரவேயில்லை. ஒரு தவறான அமைப்பில் மாட்டிக் கொண்டு எல்லோரும் முட்டி மோதிக் கொண்டிருக்கிறார்கள். இதில் எங்கே நாம் கனவுகளோடு வாழ்வது? அதைப் பற்றி கற்பனைகூட செய்து பார்க்க முடியாது போலிருக்கிறதே...

நளினி ஜமீலா :

கனவில்லாமல் எப்படி சாரு வாழ முடியும்? என்னால் வாழமுடியாது. எனக்குப் பிடித்தமான நண்பர்களையும் கஸ்டமர்களையும் நான் இப்பவும் நினைக்கிறேன். அவங்களோட அசைவுகள், அணுகுமுறைகள் எல்லாம் கிடைக்காத போது ஏக்கமாகக்கூட இருக்கிறது. இது மனிதனுக்குத் தேவை என்று நினைக்கிறேன்.

“நீங்கள் அந்தக் காலத்து ஆள்; இப்போ என்ன பண்றீங்க” என்று என்னைப் பார்த்து கேட்கிறார்கள். நான் சொல்வேன், இப்பவும் எனக்குக் காதலனாக இருப்பவர்கள் எல்லாம் என் கனவில் இருக்கிறார்கள். அவங்களோடு கூடுகிற ஒரு நாளை என் மனம் தேடும். அவர்களை நான் பட்டியலிடவும் முடியும். ஆனால் கணவனைத் தாண்டி ஒரு காதலனை அல்ல, ஒரு நண்பனைக்கூட குடும்பப் பெண்களால் சொல்ல முடியாது. எப்போதாவது எங்கோ ஒரு சூழலில் பால்ய ஸ்னேகிதனை தெருவில் பார்த்தால்கூட தெரியாதது மாதிரி ஒதுங்கி மறைந்து போகிற சூழல்தானே இருக்கிறது? எத்தனை தடவை அவனை அவள் தன் பள்ளிப் பிராயத்தில் ரசித்தாள்; கனவுகளில் சஞ் சரித்தாள்; அவனுக்காக கவிதை எழுதினாள்; அது எல்லாம் எங்கே போனது?

உங்களுக்கு ஞாபகம் இருக்கிறதா சாரு... நீங்கள் திருச்சூருக்கு வந்தபோது நாம் நல்லா குடிச்சோம். போட்டோ எடுத்துக்கிட்டோம். திடீரென டிரெயினுக்கு நேரமாகிவிட்டதென்று நீங்கள் கிளம்பிப் போனீர்கள். நான் உங்களை நினைத்துக் கொண்டிருந்தேன். அதெல்லாம் எனக்கு இன்னும் ஞாபகம்

இருக்கிறது. இந்த ஓர்மைகள் தான் மனுசனோட ஜீவிதத்தில் சாந்தியைக் கொடுக்கும் என்று நினைக்கிறேன். ஆனால் இந்திய சமூகத்தில் பெரும்பாலான பெண்களுக்கு ஓர்மைகள் இல்லை. நினைவுகள் மீண்டு வர முடியாதபடி அவர்கள் அடுக்களைக்குள் முடக்கப்படுகிறார்கள்.

நளினி ஜமீலா என்கிற நான் ஒரு பாலியல் தொழிலாளி. ஏகப்பட்ட ஒப்புதல் வாக்குமூலம் கொடுத்தாச்சு. இன்னும் என்ன வேண்டும்? இதைப் பற்றி எல்லாம் பேச எனக்கு என்ன தகுதி இருக்கிறது என்று கேட்டால் சொல்வேன். நீங்கள் பேச மறுக்கிறீர்கள். அதனால் நான் பேசுகிறேன் என்பேன். நான் ரிபெல் கிடையாது. ஒரு காதலான மனுஷி. அவ்வளவுதான்.

ஆனால் இங்கே பாலியல் தொழிலாளிக்கே சுதந்திரம் கிடையாதே? அதற்கும் அல்லவா போராட வேண்டியிருக்கிறது? கேரளாவில் பல பேரோடு போய் லாட்ஜில் ரூம் போட்டால் எங்களைத் தனியாகவும் ஆண்களைத் தனியாகவும் ரூம் தந்து அனுப்புவார்கள். ஒரு பாலியல் தொழிலாளிக்கு இதைவிட அசிங்கமும் அவமானமும் என்ன இருக்க முடியும்? எல்லாம் என்ன நினைக்கிறார்களென்றால் பாலியல் தொழிலாளி என்றால் எப்பவும் செக்ஸ் வெச்சுக்கிட்டே இருப்பாங்க; குடும்பப் பெண்கள்னா கணவனைத் தாண்டி செக்ஸ் வெச்சுக்க மாட்டாங்கனுதான் பெரும்பாலானவங்க நினைக்கிறாங்க. புதுசா ஒரு ஜீன்ஸ் டி ஷர்ட் வந்தால் எவ்வளவு காசானாலும் வாங்கிப் போட்டுக் கொள்கிறோம். ஆனால் சிந்தனையையும் மனசையும் மட்டும் நவீனமாக மாற்றத் தயங்குகிறோம்.

கொஞ்ச நாட்களுக்கு முன்னால் கொல்கத்தா சோனாகச்சியில் பாலியல் தொழிலாளர் மாநாட்டுக்கு போனேன். அங்கே போனபோது டாக்டர் ஜனாவைச் சந்தித்தேன். கொல்கத்தாவின் புகழ்பெற்ற டாக்டரான அவரோடு நான் இயல்பாகப் பழக முடிந்தது. அவரோடு மது அருந்தினேன். இன்றைக்கு வரைக்கும் நான் சந்தோசமாக நினைக்கிற தருணங்களில் அதுவும் ஒன்று. ஆனால் எங்களுடைய கேரளாவில் பாலியல் தொழிலாளியான எனக்கே சுதந்திரம் இல்லையே?

ஒரு தடவை ஐந்து பேரை கைது செய்தார்கள். ஏனென்றால் ஐந்து பேரை கைது செய்தால்தான் போலீஸ் ஜீப் கிடைக்கும். எனக்கு போலீஸ் ஸ்டேஷன் புதுசில்லை. ஆனால் ஜெயில் புதுசு. கொண்டு போய் போட்டுட்டாங்க. ஒரு செல்லில் நாங்கள் ஐந்து பெண் தொழிலாளிகள் படுத்திருந்தோம். கொஞ்ச நேரத்தில் ஜெயில் கம்பிகளை வார்டன் தடியால் தட்டினார். "நீங்களெல்லாம் விலகிப் படுங்க" என்று கத்தினார். எனக்குப் புரியவில்லை. "நாங்க எல்லாம் லேடீஸ்தானே, ஏன் விலகிப்படுக்கணும்?" என்று கேட்டேன். அதற்கு "ஒண்ணா கிடந்து நீங்க என்ன பண்ணுவீங்கண்ணு தெரியும்டி; விலகிப் படுங்க" என்று அதட்டி விட்டுப் போனார். எனக்கு லெஸ்பியன் உறவு பிடிக்காது. ஆனால் லெஸ்பியன்சை நான் ஆதரிப்பேன். அது என்னோட அரசியல். ஆனால் இவர்களுடைய சட்டம், போலீஸ், குடும்பம் எல்லாம் என்ன நினைக்கிறாங்க? செக்ஸ் தொழிலாளி என்றால் எப்பவும் செக்ஸுக்காக அலைவாங்க; நாலு பெண்கள் ஒன்றாகப் படுத்தால் லெஸ்பியன் உறவு வெச்சுப்பாங்க என்று நினைக்கிறார்கள். எத்தனை ஜென்மம் எடுத்தாலும் இவர்கள் திருந்தமாட்டார்கள்.

எங்களுக்கு இது தொழில். அதிக கஸ்டமர்களை பார்த்தால் எங்களுக்கும் அலுப்பு வரும். இந்தத் தொழில் மேல் அதிருப்தி வரும். இதெல்லாம் பொதுச் சமூகத்துக்கு தெரியுமா என்பதே சந்தேகமாக இருக்கிறது. இப்படி குடும்பம், அரசு, நிர்வாகம் என்றெல்லாம் வைத்து பாலியல் தேவைகளுக்கு ஒரு நிழலே இல்லாமல் பண்ணுறாங்க. பாலியல் தொடர்பான வன்முறைகள் உருவாவதே இம்மாதிரி நிறுவனங்களின் போலியான ஒழுக்கக் கோட்பாடுகளில் இருந்துதான். ஆனால் உருவாகியிருக்கும் புதிய தலைமுறை இதையெல்லாம் உடைக்க வேண்டும் என்று நினைக்கிறார்கள். ஆனால் மிக வேகமாக வளர்ந்து வரும் தேசியம் சார்ந்த சிந்தனைகள் அவர்களையும் அடித்துப் போகிறது.

சாரு நிவேதிதா :

இப்போது அமெரிக்காவில் ஒரு சம்பவம். ஜெனிதா என்ற திருச்சி பெண்ணை கம்ப்யூட்டர் நிறுவனத்தில் பணிபுரிகிற

மாப்பிள்ளைக்கு திருமணம் செய்து வைத்திருந்தார்கள். ஜெனிதாவின் மாமியார் அமெரிக்காவில் வைத்து ஓடுகிற காரில் இருந்து அவரைத் தள்ளி விட்டிருக்கிறார். கிட்டத்தட்ட இரண்டு மாதமாக கோமாவில் இருந்து மீண்டு வந்திருக்கிறார் ஜெனிதா. இப்போது மாப்பிள்ளை வீட்டுக்காரங்களை தூக்கில் போடணும் என்று ஜெனிதா சொல்கிறார். ஆனால் மாப்பிள்ளை வீட்டார் இதை ஒரு விபத்து என்கிறார்கள். எப்படிப் பார்த்தாலும் பெரும்பாலான குடும்ப வழக்குகளில் மாமியார் தான் பெண் வன்முறையில் பிரதானியாக இருக்காங்க. பொதுவாக அப்படித்தான் இருக்கு.

நளினி ஜமீலா :

காரணம் என்னவென்றால், மாமியாருமே அப்படியான ஒரு உலகத்தில் இருந்துதான் வர்றாங்க. அவங்களோட திருமண வாழ்க்கையிலும் வேதனை துக்கம் எல்லாம் இருக்கு. அப்படி அவங்க அனுபவித்ததை மருமகளுக்கும் மாற்றி விடுகிற மனோபாவம்தான் அது. நான் சும்மா டிவி சீரியலில் வருகிற மாதிரி இட்டுக்கட்டி எதையும் சொல்லவில்லை. நம்முடைய சாதி அமைப்பில் மேலிருந்து கீழாக கட்டமைக்கப்பட்டிருக்கும் சாதியை யார் மீறுகிறார்கள். பொதுவாக பெரும்பாலான மக்களுக்குத் தான் இன்ன சாதியில் பிறந்தவன் என்பதில் பெருமை தானே இருக்கிறது? எல்லாவற்றுக்கும் கீழாய் ஒடுக்கப்பட்டவனிலும் ஒடுக்கப்பட்டவனாய் ஒருவன் இருக்கிறானே, அவனது இருப்புக்கு என்ன அர்த்தம்? தன்னை விட உயர்ந்த சாதிக்காரனுக்கு தான் அடிமையாக இருப்பதை இழிவாக நினைக்கும் இடைநிலைச் சாதிக்காரன் தான் அடிமை செய்யவும் தனக்கும் கீழாய் ஒருவன் இருக்கிறான் என்பதை நினைத்துப் பெருமை கொள்கிறான் இல்லையா? தனக்கும் கீழானவன் தான் அடிமை செய்யவே பிறந்திருக்கிறான் என்று உயர்சாதிக்காரன் நினைப்பது மாதிரி, மருமகள் என்பவள் மாமியார் அடிமை செய்யவே படைக்கப்பட்டவள் என்கிற மாதிரி ஆகிவிட்டது.

மாமியார் தன் மகளிடம் செய்யாத, காட்டாத அதிகாரத்தை மருமகளிடம் ஏன் காட்ட வேண்டும்? மாமியாருக்கு கணவனை

அதிகாரம் செய்ய முடியாது. பெத்த மகனை அதிகாரம் செய்ய முடியாது. அப்போது அவளுக்குக் கிடைப்பது மருமகள் மட்டும்தானே? அதைத்தானே அவள் செய்வாள்? இந்த சிஸ்டத்தில் இதைத்தான் செய்ய வாய்ப்பிருக்கிறது. ஆணாதிக்கமும் சமத்துவமற்ற குடும்ப அமைப்பு முறையுமே இம்மாதிரி கொடுமைகளுக்குக் காரணம். அது மட்டுமல்லாமல் ஆண்களிடம் ஒரு கொடுக்கு இருக்கிறது. அது முதலில் பெண்ணின் உடல் உரிமையை திருமணமான முதலிரவிலேயே பறித்து விடுகிறது. அதுதான் திருமண பந்தத்தில் பெண்ணின் முதல் வீழ்ச்சி என நினைக்கிறேன். அது நடந்த பிறகு நிகழும் எல்லாக் கொடுமைகளையும் பெண் சகித்து சமாளித்துச் செல்ல வேண்டும். அப்படியான ஒரு வாழ்க்கையைத்தான் குடும்பமும் பெண்ணுக்கு நிர்ப்பந்திக்கிறது. ஜெனிதாவின் குடும்பத்தினர் இன்று துணிச்சலாக வெளியில் வந்து பேசுகின்றனர். ஆனால் இது குடும்பம் என்கிற அமைப்போட பிரச்சினை என்பதை அவர்கள் புரிந்து கொண்டார்களா என்று எனக்குத் தெரியவில்லை.

சாரு நிவேதிதா :

சமீபத்தில் எங்கள் குடும்பத்தில்கூட ஒரு சம்பவம் நடந்தது. மாமியாருக்கு 45 வயது இருக்கும். அவர் எந்த இன்பத்தையும் அனுபவித்ததில்லை. கணவர் சின்ன வயதிலேயே இறந்துவிட்டார். அதற்குப் பிறகு அந்தப் பெண்ணின் வாழ்க்கையில் வேறு எந்த விதமான காதலும் இருந்ததில்லை. ஆனால் மகனை ஒரு அடிமை மாதிரி வளர்த்தார்கள். கடைசியில் பையனுக்கு கல்யாணம் ஆச்சு. பையன் கைமீறிப் போயிடுவானோ என்கிற பயம் இவங்களுக்கு. மாமியாருக்கும் மருமகளுக்கும் பத்திக்கிச்சு. மாமியாரும் விடுகிற மாதிரி இல்லை. மருமகளும் விடுகிற மாதிரி இல்லை. இந்தத் தொல்லையில் இருந்து விடுபட பையன் தனிக்குடித்தனம் போவதென்று முடிவெடுத்தான். சிங்கிள் பெட்ரூம் உள்ள வீட்டில் குடியேறத் திட்டமிட்டார்கள். மாமியார் நானும் உங்களோடு வருவேன். நான் வேறு எங்கே போவேன்... அப்படினு சொன்னாங்க. அது உண்மைதான். அவங்களும் வேறு எங்கே தான் போவார்கள்?

'தனி ரூமில் தன் மகனும் மருமகளும் இருக்கும் போது கட்டில் சத்தம் கேட்குமே, இவங்க என்ன பண்ணுவாங்க' என்று எனக்குத் தோன்றியது. நம்முடைய நகர வாழ்க்கை பத்துக்குப் பத்தடியில் வாழ்கிற மாதிரி சுருங்கிப் போய் விட்டது. விரும்பும் நேரத்தில் விரும்புகிறபடி பாலியல் உறவை வைத்துக் கொள்ள முடியாதபடி நெருக்கடி சூழ்கிறது. அந்த மாதிரி ஒரு சூழலில்தான் பொதுவெளியான மெரீனாவுக்கோ பார்க்குக்கோ செல்கிறார்கள் இல்லையா? ஆனால் அதே சமயம், குடும்பப் பெண்களை விட பாலியல் தொழிலில் ஈடுபடும் பெண்களின் நிலை பரவாயில்லை என்று நினைக்கிறேன்.

நான் காமட்டிபுரா போயிருக்கிறேன். பாசிட்டிவ்வாவும் இருக்கிறது. நெகட்டிவாகவும் இருக்கிறது. பாஸிட்டிவான விஷயம் என்னவென்றால், அங்கே மாமியார் கொடுமை கிடையாது. கணவன் என்கிற கொடுமை கிடையாது. அங்கே நிறைய பெண்கள் இருக்கிறார்கள். எல்லாம் பாலியல் தொழிலாளிகள்தான். மற்றும் அவர்களின் நண்பர்கள். அவங்களுடைய உலகமே தனி. ஒரு நாளைக்கு டிஸ்கோ கிளப்பில் போய் ஆடினால் ஆயிரம் ரூபாய் வருமானம் வருகிறது. நெகட்டிவான விஷயம் என்னவென்றால், தொடர்ந்து வருகிற கஸ்டமர் லவ் பண்றேன்னு சொல்லி டார்ச்சர் பண்ணுவான். இவங்களும் எத்தனை நாளைக்குத் தான் இப்படி வாழ்வது என்று நினைத்து அவனோடு செல்வார்கள்.

ஆனால் அவன், அவள் கையில் குழந்தையைக் கொடுத்துவிட்டு ஓடிப்போயிடுவான். தனக்கு நடந்த இந்தப் பாலியல் அநீதி குறித்து அந்தத் தொழிலாளர்கள் நீதிமன்றப் படிகளிலோ காவல் நிலையப் படிகளிலோ ஏற முடியாது. ஏனென்றால் அவர்கள் பாலியல் தொழிலாளிகள் இல்லையா? அதே மாதிரி, வருகிற கஸ்டமர் சுத்தமில்லாமல், அழுக்காக, பல் தேய்க்காமல் கூட வருவான். அவனை இரண்டு மணிநேரம் சகிக்கிற பொறுமை இருக்கிறதே... அது கொடுமை. ஒரு பக்கம் உடம்பு வேதனை. இன்னொரு பக்கம், டேஸ்ட் இல்லாமல் பெண்ணுடலை அணுகுகிற விதம். பொதுவாக செக்ஸையும் சரி, கஸ்டமர்களையும் சரி, தெரிவு செய்கிற உரிமை அந்தப் பாலியல் தொழிலாளிகளுக்கு இல்லைங்கறது பெரிய கொடுமை.

நளினி ஜமீலா :

ஒரு மணி நேரம் நான் ஒரு கஸ்டமர்கூட சந்தோசமாக இருந்திருக்கிறேன் என்று சொன்னால் அது உண்மையில்லை. எவ்வளவு நேரம் எப்படி உறவு வைத்திருக்கிறோம் என்பது வருகிற கஸ்டமர்களைப் பொறுத்தது. ஒரு ரூமில் இருக்கிறோம். எனக்கு மது அருந்தணும், புகைக்கணும் என்று தோன்றுகிறதென்றால் அந்த அறைக்குள் இருக்கும் இன்னொரு நபரிடமும் நான் அனுமதி கேட்ட பிறகுதான் புகைக்க வேண்டும். அதேமாதிரி வருகிற கஸ்டமர்களும் என்னுடைய விருப்பங்களையும் மதிக்க வேண்டும். யாரைப் பார்த்தாலும் எப்போது வேண்டுமானாலும் என்னால் செக்ஸ் பண்ண முடியாது. தொழிலுக்கு வந்த சில வருடங்கள் அப்படி இருந்திருக்கலாம். ஆனால் இப்போது அப்படி இல்லை.

எனக்கென்று சில கஸ்டமர்ஸ் இருக்காங்க. அவங்களோட நான் செக்ஸை பகிர்ந்துப்பேன். ஒரு செக்ஸ் ஒர்க்கர், ஒரு ஹோம் நர்ஸ் மாதிரி வருகிற கஸ்டமர்ஸை ஒழுங்காக நடத்தி நல்லபடியாக கவனித்தால் அவங்க மீண்டும் வருவாங்க. ஆனால் நல்லபடியாக கவனிக்கிற அளவுக்கு அவர்களும் நடந்து கொள்ள வேண்டும். சில பேர் வருவாங்க. ரூமுக்குள்ள வரும்போதே திறந்து வெச்சிட்டு இருக்கணும். ஆனால் அந்த மாதிரி ஆட்களிடம் நான் சொல்லி விடுவேன்; இரண்டு மணிநேரம் இருக்கப் போறீங்க; ஏன் இந்த அவசரம் என்று. அதே மாதிரி உங்களுக்கு எவ்வளவு தேவை இருந்தாலும் சரி, நான் ஓரல் செக்ஸூம் பண்ண மாட்டேன். அதே மாதிரி செக்ஸ் வெச்சுக்குறதுக்கு முன்னாடியே காசை எண்ணி வாங்கிடுவேன். காசுக்காகத்தானே நான் இதை பண்ணுகிறேன்? ஏனென்றால் சில பேர் செக்ஸ் முடிந்ததும், சீ இவ்வளவுதானா? இதுக்கு இவ்வளவு காசா என்று கேட்பார்கள். அதனால் முதலிலேயே காசை கறாராக வாங்கிவிடுவேன்.

சில மாதங்களுக்கு முன்பு காசு தேவைப்பட்டது. தொழிலுக்குப் போனேன். ராஜன் என்கிற என்னோட ரெகுலர் கஸ்டமர்தான் என்னை அழைத்தார். எனக்கு இரண்டாயிரம் ரூபாய் கொடுப்பார்.

ராஜேட்டாணுதான் அவரை அழைப்பேன். அன்னிக்கு அவரிடமும் காசை முதலில் வாங்கி விட்டேன். ஏனென்றால் என் குடும்பச் செலவுக்கு அவசரமாக கொஞ்சம் காசு தேவைப்பட்டது. செக்ஸ் முடிஞ்சதும் அவர் சொன்னார். “இந்த பொம்பளைங்களே இப்படித்தான்; செக்ஸுக்கு வெறி பிடிச்சு அலையிறாளுக”. சிகப்பு ரோஜாக்கள் படத்தில் சின்ன வயது கமல் கத்துவாரே... “குத்துங்க எஜமான் குத்துங்க” என்று. எனக்கு அதுதான் நினைவுக்கு வந்தது. மிகவும் கோபத்தோடு நான் சொன்னேன். “உங்களுடைய அழகில் மயங்கியோ உங்களுடன் குடும்பம் நடத்தவோ நான் வரவில்லை ராஜேட்டா, உங்ககிட்ட பணம் இருக்கு. அது எனக்கு வேண்டும். அதை இலவசமாக உங்களிடம் இருந்து நான் அபகரிக்கவில்லை. என் உடலைக் கொடுத்துத்தான் நான் பணத்தைக் கேட்கிறேன். எந்தப் பாலியல் தொழிலாளியும் விருப்பத்தின் பேரில் எந்த ஆணுடனும் போவதில்லை. நீங்கள் இனி என்கிட்ட வர வேண்டாம்” என்று சொல்லி அவரை அன்றோடு நிறுத்திக் கொண்டேன்.

பணத் தேவைக்காக மட்டுமே ஒட்டுமொத்த பாலியல் தொழிலாளிகளும் இதில் ஈடுபடுகிறார்கள். அவர்களும், குடும்பம், வீடு, குழந்தைகள் என நிம்மதியற்ற ஒரு குடும்ப வாழ்க்கையை வாழ ஆசைப்படுகிறார்கள் என்பதுதான் உண்மை.

சாரு நிவேதிதா :

உங்களுக்கு ஓரல் செக்ஸ் பிடிக்காது என்று சொல்கிறீர்கள். ஆனால் நான் என்னோட ராஸ லீலா என்ற நாவலில் அந்த சுகானுபவத்தை அதன் உச்சத்துக்குக் கொண்டு போயிருக்கிறேன்.

நளினி ஜமீலா :

ஆர்வமில்லாமல் போனதுக்குக் காரணம் இருக்கிறது. மனசில் காதல் இருக்கு. காதல் இல்லாமல் இந்தத் தொழிலை செய்ய முடியாது. ஆனால் எல்லோரிடமும் அதை வெளிப்படுத்த முடியாது. நம்முடைய மனதில் மனிதர்கள் பற்றிய இரண்டு கருத்துக்கள்தான் இருக்கிறது. ஒன்றிலோ மனிதர்கள் வெள்ளை. இல்லை என்றால் கருப்பு. ஒன்றிலோ நல்லவர்கள் அல்லது

கெட்டவர்கள்.

ஆனால் பல்வேறு நிறங்களுடனும் விதவிதமான குணங்களுடன் மனிதர்கள் வாழ்கிறார்கள். ஒரு இடத்தில் நல்லவர்களாக இருப்பவர்கள், இன்னொரு இடத்தில் வேறு குணங்களோடு நடந்து கொள்கிறார்கள். பாடப்புத்தகங்களும் நல்லவர்களைப் பற்றியும் கெட்டவர்களைப் பற்றியும்தான் சொல்லித் தருகிறது. ஆனால் இந்த நல்லவர்கள்தானே என்னை போலீசில் பிடிச்சுக் கொடுத்தாங்க? இவர்களுக்கு நான் எப்படி ஓரல் செக்ஸ் செய்ய முடியும்?

சாரு நிவேதிதா :

கார்ப்பரேட் கலாச்சாரத்தில் இதுவரை நாம் வைத்திருந்த மதிப்பீடுகள் உடைவது ஒரு பக்கம் இருந்தாலும், முப்பது வயது வரைக்கும் வெர்ஜினாக இருக்கக்கூடிய இளைஞர்கள் இன்னும் திருவல்லிக்கேணி மேன்ஷன்களில் சீட்டாடிக் கொண்டுதான் இருக்கிறார்கள். அவர்களுக்குப் பெண் வாசனை என்றால் என்னவென்றே தெரியாது. உடலுறவுக்காக ஆசைப்பட்டு ஒரு பெண்ணுடன் நெருங்கும் போது அந்தப் பெண் தொட்டாலே போதும், ஸ்கலிதம் ஆயிடும். சுய இன்பம் பண்ணிப் பண்ணி அவங்களுக்கு அப்படி ஆயிடுது. அதே மாதிரி பாலியல் உறவு என்றாலே கை கால் எல்லாம் உதறுகிற ஆண்களும் இருக்கிறார்கள்.

இதைச் சொல்லும்போது எனக்கு ஒரு சம்பவம் ஞாபகம் வருகிறது. ஈசிஆர் சாலையில் அந்தத் தகவல் தொழில்நுட்ப ஊழியர்கள் பார்ட்டிக்கு போனார்களாம். பொதுவாக அவர்கள் எந்த உரிமைகளும் இல்லாத கார்ப்பரேட் அடிமைகள். 18 மணிநேரம் வரை உழைக்கும் அவர்களுக்குச் சங்கம் அமைக்கும் உரிமை எல்லாம் கிடையாது. பார்ட்டிக்குப் போனபோது ஒரு பெண் அவளுடைய ஆண் நண்பனைப் பார்த்து, “நான் கொஞ்சம் தண்ணி அடிக்கிறேன்; என்னைக் கொஞ்சம் கவனமாக பார்த்துக்கோ. ஏன்னா போன தடவை கொஞ்சம் ஓவராக தண்ணியடிச்சுட்டேன். கிடைச்ச சான்ஸை பயன்படுத்தி ஒருத்தன் என்னோடு உடலுறவு வைத்துவிட்டான் போல இருக்கு. அது

கூட என் நினைவுல இல்ல. அப்புறமாதான் தெரிஞ்சது விஷயம். கடைசியில் வேறு வழியில்லாமல் அபார்ஷன் பண்ணிக்கிட்டேன். ஆனால் இந்தத் தடவை அப்படி ஆயிடக்கூடாது, நீ கொஞ்சம் பாத்துக்கோ" என்று தன் நண்பனிடம் கோரிக்கை வெச்சுருக்கா.

"அப்படின்னா நீ தண்ணியடிக்காம இருக்க வேண்டியதுதானே?" என்று அவன் கேட்டிருக்கிறான். "இல்லை, நான் தண்ணி அடிக்கிறேன். நீ என்னை கவனிச்சுக்கோ" என்று சொல்லிவிட்டு அவள் குடித்திருக்கிறாள். இவனும் அவளை கவனமாக பத்திரமாக கவனித்துக் கொண்டிருக்கிறான். அதனால் அவளுக்கு இவனை ரொம்பப் பிடிச்சு போச்சு. இவன் மேல ஒரு காதல். இருவரும் நெருங்கி பழகுறாங்க. அவனுடைய வீட்டுக்கு இவள் போகிறாள். இரண்டு பேரும் செக்ஸ் வெச்சுக்குறாங்க. அப்போது, உறவு முடிந்ததும் அவனுடைய கண்ணில் கண்ணீர் துளிர்க்கிறதாம். அது முதல் முதலாக ஒரு பெண்ணுடன் செக்ஸ் வைத்துக் கொள்வதால் வருகிற பெருமிதமாகக்கூட இருக்கலாம். ஏக சந்தோஷத்தில் படுத்துக்கிடக்கும் அவனைப் பார்த்து அவள் சொன்னாளாம். "சும்மா பெருமிதத்துல கிடக்காதடா; நான் ஏற்கனவே அபார்ஷன் ஆனவள். சும்மா ஒரு கிளாஸில் ஸ்பூனை விட்டு ஆட்டின மாதிரிதானே உனக்கு இருந்திருக்கும்? எனக்குத் தெரியும்" என்றாளாம்.

மூன்று குழந்தை பிறந்தால்கூட யோனி என்பது அப்படி ஒன்றும் தளர்ந்து போகிற ஒன்றல்ல. யோனி என்பது திருமணத்துக்கு முன் உறவு வைப்பதால் அப்படி அகன்று போய்விடாது என்று இந்தச் சம்பவத்தை சொன்னவருக்கு சொன்னேன். நீங்கள் முதலில் சொன்னது போல் நீலம், மஞ்சள், சிகப்பு மாதிரி இவர்கள் ஏதோ ஒரு மஞ்சள் புத்தகத்தைப் படித்துவிட்டு பேசுகிறார்கள்.

நளினி ஜமீலா :

இதில் இரண்டு விஷயங்கள் இருக்கிறது. ஒன்று, உடல் உறுப்புகள் பற்றிய அறியாமை. இன்னொன்று, கலாச்சாரப் பழக்க வழக்கங்கள். இந்த நூற்றாண்டிலும் கன்னிப் பெண் என்கிற கான்செப்ட் இந்தியாவில் இருக்கிறது. கன்னிப்பெண்ணாக இருந்தால்தான்

செக்ஸ்க்கு நன்றாக இருக்கும் என்று நினைக்கிறார்கள்.

என்னைப் பொறுத்தவரையில் ஒழுக்கம் என்பது வேறு. சுயமரியாதை என்பது வேறு. ஆனால் கன்னித்தன்மை என்பது சுத்த மூடத்தனம். அது ஜன்னல் திரையில் மறைந்திருந்து உலகத்தைப் பார்க்கும் பெண்களைக்கூட தனது பிற்போக்குக் கருத்தால் சிதைத்து விடுகிறது. இங்கே முதல் இரவு என்று சொல்லப்படுவதில் இருந்து துவங்க வேண்டும். எனக்கு இப்போது 54 வயதாகிறது. இத்தனை வருட என்னோட தொழிலிலும் சரி, ஆத்மார்த்தமான உறவிலும் சரி, கன்னித்தன்மை என்கிற ஒன்றை நான் நம்பியதே இல்லை. 60 சதவிகித பெண்களுக்கு கன்னித்திரை என்று சொல்லக்கூடிய ஜவ்வு திருமணத்துக்கு முன்பே கிழிந்து போகிறது. இன்றைய கடினமான, காஸ்ட்லியான உலகில் கணவன் மட்டுமே வேலைக்குச் சென்றால் அது போதுமானதாக இல்லாமல் போன சூழலில் பெண்களும் வீட்டை விட்டு வெளியேறி வேலைக்குப் போகிறார்கள். சைக்கிள் மிதிக்கிறார்கள். கடும் உடலுழைப்பில் ஈடுபடுகிறார்கள். அம்மாதிரி பெண்களுக்குக் கன்னித்தன்மை என்று நம்பப்படுகிற ஜவ்வுகள் கிழிந்து போவது சகஜம்தான்.

மலையாள மனோரமா இதழில் “அக்காகிட்ட கேள்வி” என்ற பகுதியில் பாலியல் சந்தேகங்களை என்னிடம் பலரும் கேட்கிறார்கள். எனக்கு 16 வயசாகுது; வீட்டில் ஒரு விழாவுக்கு வந்தவர் தொட்டுட்டார். மனசால் கெட்டுப் போயிட்டேன். கோவிலில் புரோகிதர் கரெக்ட் பண்ணிட்டார்; கன்னி கழிஞ்சி போச்சு. கல்யாணம் பண்ணிக்கலாமா? இப்படிப் பல கேள்விகள் எனக்கு வருகிறது. இந்த விஷயத்தில் ஆணும் பெண்ணும் ஒரே மாதிரிதான் இருக்கிறார்கள். இரண்டு பேருக்குமே பாலியல் சம்பந்தமாக சரியான புரிதல் இல்லை.

அதைவிட, உடல் சம்பந்தமாக அவர்களுக்கு எதுவுமே தெரியவில்லை. பெண்களின் மார்பகம் என்றால் அது கல்லு மாதிரி இருக்க வேண்டும் என்று நினைக்கிறார்கள். யோனி என்றாலும் கட்டிட வேலைக்குப் பயன்படுகிற பிக்காஸ் கொண்டு குத்துகிற மாதிரி இருக்க வேண்டும் என்று நினைக்கிறார்கள்.

ஆனால் மார்பகமும் சரி, யோனியும் சரி, ஆண்குறியும் சரி, மனிதர்கள் எதிர்பார்க்கிற மாதிரியே இருக்காது. நான் முழு ஆண்மகன் என எத்தனை ஆண்களால் சொல்ல முடியும்? நல்ல திடகாத்திரமான ஆண்களால் கூட ஒரு பெண்ணுக்குத் திருப்தியான பாலியல் இன்பத்தைக் கொடுத்து விட முடியும் என்று நிச்சயமாகச் சொல்ல முடியாது. மீசை மட்டும் இருந்தால் அவன் ஆண். அவ்வளவுதான். இங்கே பெண் மட்டும்தான் பிரச்சினை. உடலுறவு பற்றிய அறிவும் அதோட செயல்பாடுகள் பற்றித் தெரிந்தவர்களும் இங்கே மிகவும் குறைவு.

கையில் ஒரு வலி வந்தால், காலில் ஒரு பிரச்சினை வந்தால் அதுபற்றிப் பேசுகிறோம். கண் பற்றிப் பேசுகிறோம். ஆனால் யோனி பற்றிப் பேசக் கூடாது. ஒரு வாசகர் கேட்டார். "எனக்கு கல்யாணம் ஆயிடுச்சு. மனைவி ரொம்ப சின்னப்பொண்ணு. ஆனால் ரத்தம் வரல்ல. அது என்ன காரணம்? ஒரு வேளை என் மனைவி கெட்டுப் போயிருப்பாளோ?" இப்படிக் கேட்கிறார்கள்.

இந்த கன்னித்தன்மை குறித்த சந்தேகம், உடலுறுப்புகள் குறித்த அறியாமையாலும், அதைவிட காலம் காலமாக நமது முன்னோர்களால் நமது மண்டைக்குள் ஏற்றி வைக்கப்பட்டிருக்கும் தவறான மூட நம்பிக்கைகளாலும் வருகிறது. "கன்னித் தன்மை என்றெல்லாம் ஒன்றும் கிடையாதுப்பா. மனைவியோட போய் சந்தோசமா இரு" என்று நான் சொன்னால் இவளே ஒரு செக்ஸ் ஓர்க்கர், இவளை மாதிரித்தானே மத்த பெண்களுக்கும் அறிவுரை சொல்லுவா என்று மனதில் நினைத்துக் கொண்டு வீட்டுக்குப் போய் மனைவியைப் போட்டு அடிப்பான்.

உடலுறவில் ஏராளமான விஷயங்கள் இருக்கிறது. ஆண்களுக்கு ஸ்கலிதம் இருக்கிற மாதிரி பெண்களுக்கும் இருக்கிறது. அதைப் பெண்களில் பெரும்பாலும் நம்ப மறுக்கிறார்கள். அதை ஆண்களால் உணர முடியாமல் இருக்கலாம். ஆனால் அதை நீங்கள் இல்லை என்று வாதிட முடியாது. இதை கவனித்து மனைவியின் விருப்பத்தைக் கேட்டு அதை நிறைவேற்றத் தவறுவதால் பல குடும்பங்கள் உடைந்து சிதறுகிறது.

என்னிடம் யோனியிருக்கிறது... உன்னிடம் ஆண் குறியிருக்கிறது...

என்று இருவரும் சேர்ந்து உடலுறவு செய்கிறார்கள். முடிந்ததும் "ஒரே புழுக்கமாக இருக்கிறது" என கணவன் எழும்பி மாடிக்குச் சென்று விடுகிறான். அவனது தேவைகள் முடிகிற வரை மட்டும் அவனுக்கு அவள் தேவை. இந்தியாவில் 90 சதவீதம் பெண்களின் பாலியல் விருப்பு வெறுப்புகள் கருத்தில் கொள்ளப்படுவதே இல்லை. பாலியல் தேவைகளைப் பொறுத்த வரையில் மனிதனுக்கு மனிதன் அது வேறுபடுகிறது. பல வகை உணவுகளை வைத்து உண்ணுகிற மாதிரி பாலியல் தேர்வுகளும் வேறுபடுகிறது. குறைவான தேவை உள்ளவர்கள், அதிக தேவை உள்ளவர்கள், தேவையே இல்லாதவர்கள் என பல வகையிலும் இருக்கிறார்கள்.

ஆண்களுக்குக் குறிகள் பற்றிய பயம் நிறைய இருக்கிறது. பொதுவாக இருப்பதைப் பற்றி பேசாமல் இல்லாததைப் பற்றி பேசுவதுதான் வாழ்க்கையாகி விட்டது. ஒரு பையன் கேட்டிருந்தான். என்னோட ஆண் குறி மூன்று இன்ச் இருக்கு. இது அளவில் சின்னதா என கேட்டான். மூன்று இன்ச் இருப்பதே சின்னது என்றால் பெரியது என்பதன் அளவுகோல் என்ன? ஆண்குறியைக் கூட கை கால் மாதிரி கற்பனை செய்து கொள்கிறார்கள்.

சாரு நிவேதிதா :

இம்மாதிரி விஷயங்களில் ஏராளமான கற்பிதங்கள் தான் இருக்கிறது. அழகான புனைவாக இருந்தால்கூட ரசிக்கலாம். ஆனால் இந்தக் கற்பிதங்கள் நம்மைப் பயமுறுத்துகின்றன. சில நாடுகளில் பெண்களுக்குப் பொதுவாக கன்னித்தன்மை இருக்காது என்றே சொல்வார்கள். ஏனென்றால் அவர்கள் கடினமான வேலைகள் செய்வதுதான் காரணம். அந்த மாதிரி கன்னித்திரை கிழிபட்டவர்கள் டாக்டர்களிடம் போய் யோனியை தைத்துக் கொண்டு செல்வார்களாம். முதலிரவில்தான் கன்னித் தன்மை கிழியணும்; அது மரபாக இருக்கு என்று சொல்கிறார்கள்.

இன்னும் சில நாடுகளில் முதலிரவு அறைக்கு வெளியே ஒரு ஆயா காத்துக்கொண்டு நிற்பார். முதலிரவில் ரத்தம் படுகிற துணியை அவங்க தூக்கிப்போட்டுட்டு குலவைச் சத்தம் கொடுக்கிற பழக்கம் இன்னும் ஆப்ரிக்க நாடுகளில் இருக்கிறது.

அந்தச் சத்தம் கேட்ட பிறகுதான் பெண் வீட்டார் நிம்மதி அடைவார்கள்.

டாக்டரிடம் ஸ்டிச் பண்ணிக் கொண்டு வந்த மணப்பெண்ணுக்கு பயம், டாக்டர் யாரிடமாவது சொல்லி விட்டால் என்ன செய்வது என்று. "டாக்டர், யாரிடமும் சொல்லி விடாதீர்கள்" என்று டாக்டரிடம் ஒரு பெண் சொல்லியபோது, "தினந்தோறும் இப்படிப் பத்து பெண்கள் வந்து என்னிடம் ஸ்டிச் செய்து கொண்டு போகிறார்கள்" என்று சொல்கிறார் டாக்டர்.

ஆப்ரிக்காவில் ஒரு இனக்குழுவினர் யோனிக்குப் பக்கத்தில் இரண்டு இலை மாதிரி இருக்கும் இதழ்களை வெட்டி விடுகிறார்கள். அப்படி வெட்டிவிட்டால் பெண்களுக்கு செக்ஸ் உணர்வு குறைந்து விடும் என்றும், காமவெறி பிடித்து அலையமாட்டார்கள் என்றும் நம்புகிறார்கள் அந்த மக்கள்.

நளினி ஜமீலா :

இது ஆப்ரிக்காவில் மட்டுமல்ல; இங்கும் இருக்கிறது. முதலிரவில் ரத்தம் வருவதை பரிசோதிக்கிற பழக்கம் இன்னும் இருக்கிறது. என்னோட கஸ்டமர் ஒருவர் தன் மனைவியிடம் முதலிரவில், 'படுக்கையில் வெள்ளைத்துண்டு விரிக்கட்டுமா? அல்லது நீ இதற்கு முன்னால் யாருடனாவது செக்ஸ் அனுபவித்திருக்கிறாயா என்று சொல்லிவிடு' என்று கேட்டாராம். அதற்கு அந்தம்மா சொன்னாங்களாம், 'பரவாயில்லை நீ வெள்ளைத் துண்டு விரிச்சிக்கோ' என்று. நான் மனசுக்குள் சிரித்துக் கொண்டேன். அந்தத் துண்டில் விழுகிற ஒரு துளி ரத்தம்தான் ஒரு பெண்ணின் கன்னித்தன்மையை தீர்மானிக்கிறது என்றால் அது எவ்வளவு பெரிய அநீதி.

இந்தக் கதையைச் சொன்ன அந்த ஆளிடம் நான் கேட்டேன்: "சரி, உன்னோட மனைவிகிட்ட கன்னித்தன்மையை சோதிக்கிறாயே; உனக்கு யாராவது சோதித்தால் எப்படி இருக்கும்? உன்னோட மனைவி உனக்கு இப்படி ஒரு சோதனையை வைத்தால் எப்படி இருக்கும்?" என்றேன். அதற்கு அவன், "நாங்க மீசை முளைச்ச ஆம்பிளைங்க; எங்களை யார் சோதிப்பாங்க?"

என பெருமிதமாகப் பேசி விட்டுப் போனான். இந்தமாதிரி மூடத்தனமான பரிசோதனைகள் காலம் தோறும் பெண்களை இழிவுபடுத்தித்தான் வந்திருக்கு. அறியாமை காரணமாக பெண்களே இதையும் நம்புறாங்க. யாராவது பெண்ணின் மார்பகங்களைக் கசக்கினால் அது தொளதொளப்பா ஆகிவிடும்; உடலுறவு வைத்தால் கன்னித்தன்மை போய் யோனி லூஸ் ஆகிவிடும் என்று எவ்வளவோ மூட நம்பிக்கைகள் இருக்கிறது.

மனித உடலில் எவ்வளவோ ஹார்மோன்கள் இருக்கிறது. அது உடம்பில் நடத்துகிற விளையாட்டுதான் இதெல்லாம். மனிதர்கள்தான் அந்த விளையாட்டைப் புரிந்து கொள்ளத் தவறி விடுகிறார்கள்.

சாரு நிவேதிதா :

இப்போது மொழியையே எடுத்துக் கொள்ளுங்களேன்... பெண்ணின் முலையை முலை என்றா சொல்கிறார்கள்? 'ப்ரெஸ்ட்' என்று ஆங்கில வார்த்தையால்தான் குறிப்பிடுகிறார்கள்.

முலை பற்றி எத்தனையோ கற்பிதங்கள் இருக்கிறது. முலை என்றால் கல் மாதிரி இருக்க வேண்டுமாம். அப்படியென்றால் நீ போய் கல்லையே தடவிக் கொண்டிருக்க வேண்டியதுதானே? கிராமத்தில் இரண்டு பெண்களுக்கிடையில் சண்டை. ஒருத்தி இன்னொருத்தியைப் பார்த்து சொல்கிறாள். "அவனுக்கு உன்னைத்தான் பிடிக்கும். ஏன்னா, உனக்குத்தான் மொல கல்லு மாதிரி இருக்கு". இதேபோல் இன்னொரு நம்பிக்கை என்னவென்றால் யாருக்காவது முலை பெரிதாக இருந்தால் 'எவனோ கசக்கி விட்டிருக்கிறான்' என்பார்கள். அந்தப் பெண்ணின் ஒழுக்கமே அவளுடைய முலையின் சைஸினால் கேள்விக் குறியாகி விடும். பொதுவாக முலை சற்று பெரிதாக இருந்தால் அது தொங்கத்தான் செய்யும். அதுதான் இயல்பு. ஆனால் தொங்கிப் போன முலையைப் பார்த்தால், உடனே அந்தப் பெண்ணின் கேரக்டர் பற்றிப் பேச ஆரம்பித்து விடுவார்கள். எடுப்பான மார்பகங்கள் இருக்க வேண்டும் என்பது பெண்களின் ஆசை.

இயற்கையான முறையில் மார்பகங்கள் அதனுடைய இயல்பில் இருப்பது ஒரு பக்கம் என்றாலும் மார்பகங்களை சின்னதாக்கிக் கொள்ளவும் பெரிதாக்கிக் கொள்ளவும் இன்று பலவிதமான சிகிச்சைகள் வந்திருக்கிறது. ஆனால் அதேசமயத்தில் இது ஒரு சிக்கலான உளவியல் பிரச்சினையாகவும் உருவாகி வருகிறது.

நளினி ஜமீலா :

அந்தக் காலத்தில் எண்ணெய் தடவினால் மார்பகங்கள் சின்னதாக மாறும் என்று பயிற்சி செய்வார்கள். ஆனால் பெரும்பாலான கல்லூரி மாணவிகளிடம் தங்களின் மார்பகங்கள் சின்னதாக இருப்பது குறித்து அச்சம் இருக்கிறது. உலகம் கவர்ச்சிகரமாக மாறி வருகிறது. கவர்ச்சியாக இருப்பதே பொது நீதியாக மாற்றம் பெறும் ஒரு சமூகத்தில் இப்படி உடல்ரீதியாக பெண்கள் ஆசைப்படுவதும் தவறில்லை என்றே நினைக்கிறேன்.

சாரு நிவேதிதா :

முலை என்றதும் எனக்குச் சின்ன வயதில் நடந்த ஒரு விஷயம் ஞாபகம் வருகிறது. எனக்கு 12, 13 வயது ஆனபோது திடீரென்று எனக்கு பெண்களைப் போல் முலைகள் வளர ஆரம்பித்துவிட்டன. ஏற்கனவே என்னுடைய நடையுடை பாவனைகள் அந்த வயதில் ஒரு பெண்ணினுடையதைப் போல் இருந்ததால் இந்த முலை வளர்ச்சி வேறு எனக்குள் பெரும் பீதியைக் கிளப்பிவிட்டது.

நான் ஒரு 'கோசா'வாக மாறிக் கொண்டிருக்கிறேனோ என்று பயந்து போனேன். எங்கள் ஊரில் அரவானிகளை கோசா என்று சொல்வார்கள். அப்போது அரவானி என்ற வார்த்தை புழக்கத்தில் இல்லை. என்ன ஆனாலும் சரி, கோசாவாக மாறி விடக்கூடாது என்று தீவிரமாக நினைத்துக் கொண்டேன். ஏனென்றால், சமூகம் அவர்களை மிகவும் கீழாகப் பார்த்தது. அன்றாட வாழ்வில் அவர்கள் அனுபவிக்கும் அவமானங்களைப் பார்த்து மிகவும் பயந்தேன். ஆனால் அவர்கள் தான் என்னோடு மிகவும் அன்பாகப் பழகினார்கள். மற்றவர்களைப் போல் செக்ஸ் பற்றிய குற்றவுணர்ச்சியோ, அதிகார மிரட்டல்களோ இல்லாமல்

இருந்தார்கள். அவர்களோடுதான் நான் மிகவும் இணக்கமாக உணர்ந்தேன். அதேசமயத்தில், எனது ஆணுறுப்பில் ஏற்பட்ட விரைப்பு நிலையும், காம உந்துதலும் ஒரு பக்கம் எனக்குத் தீராத பிரச்சினையாக இருந்து கொண்டிருந்தது.

ஒரு பக்கம் முலை வளர்ச்சி, மற்றொரு பக்கம் தீராத விரைப்பு நிலை. இப்போது சொல்கிறார்களே Hermaphrodite என்று. அப்படி ஆவதற்கான அடையாளங்கள் என் உடம்பில் உருவாகிக் கொண்டிருந்தன.

இந்தப் பிரச்சினைக்கான தீர்வும் எனக்கு அரவானிகளிடமே கிடைத்தது. மணிக்கணக்கில் தேகங்கள் பிணைந்து கிடப்போம்.

அப்போது இரண்டு சம்பவங்கள் நடந்தன. ஒன்று, நான் அரவானியாக மாறும் முயற்சி படுதோல்வியடைந்தது. அரவானியாக மாற்றும் சிகிச்சையும், சடங்கையும் பார்த்து நான் அரண்டு போனேன். எனக்கு ரத்தத்தைப் பார்த்தாலே தலை சுற்றும். இப்போதும் அப்படித்தான்.

ஒரு கரப்பானையோ கம்பளிப் பூச்சியையோ என்மீது தூக்கிப் போட்டீர்களானால் அலறிக் கொண்டு மயங்கி விழுந்து விடுவேன். அப்படிப்பட்ட பயந்தாங்கொள்ளி.

அந்த அரவானிகளை விட்டு ஓடி வந்து ஒரு செக்ஸ் ஓர்க்கர் வீட்டில் தஞ்சமடைந்தேன். அப்போது எனக்கு 14 வயது. அந்த செக்ஸ் ஓர்க்கருக்கு ஒரு அழகான மகள் இருந்தாள். அவளுக்கும் என் வயதுதான் இருக்கும். எங்கள் இரண்டு பேருக்கும் காதல். அல்லது, அப்படி நான் நினைத்துக் கொண்டேன். மணிக்கணக்கில் முத்தமிட்டுக் கொண்டே கிடப்போம். அவள் அம்மாவுக்கு இருந்த காசநோய் எனக்கும் தொற்றிக் கொண்டது.

ரத்தம் ரத்தமாக வாந்தியெடுத்தேன். 150 ஸ்ட்ரெப்டோமைசின் இஞ்செக்ஷன் போட்டார்கள். மீண்டு வந்த பிறகு பழைய தொடர்புகளை அறுத்துக் கொண்டேன். அம்மாச்சியிடம் போய் என் பிரச்சினையைச் சொன்னேன். மிகச் சுலபமான வழியைச் சொன்னார்கள் அம்மாச்சி.

எங்கள் வீடு சுடுகாட்டுக்குப் பக்கத்தில் இருந்தது. சுடுகாட்டில் பிணத்தோடு கொண்டு வரும் பானைகளை உடைத்துப் போட்டிருப்பார்கள். உச்சி வெயிலில் அந்தப் பானை ஓடு நெருப்பாய் கொதித்துக் கொண்டிருக்கும். அதை எடுத்து மார்பில் வைத்து வைத்து எடுத்தால் ஆண் பிள்ளைகளுக்கு முலை வளராது என்றார்கள் அம்மாச்சி.

என் வாழ்க்கையில் அனுபவித்த மறக்க முடியாத கொடுமை அது. ஆனால் ஒரு சில மாதங்களில் பலன் தெரிந்தது. முலை வளர்ச்சி அப்படியே நின்று போனது. அந்த சுடுகாட்டு விஜயம் என்னுடைய மற்றொரு பிரச்சினையையும் தீர்த்து வைத்தது. ஆண் குறி விரைப்பு பற்றிச் சொன்னேன் அல்லவா? அந்த சுடுகாட்டுத் தனிமை சுயபோகம் செய்வதற்கான மனநிலைக்குத் தோதாக இருந்தது.

ஆனால் வேடிக்கை என்னவென்றால், இவ்வளவு காலம் கழித்து இப்போது எனது மார்பு மட்டும் மீண்டும் பெரிதாகிவிட்டது. பைபாஸ் சர்ஜரிக்குப் பிறகுதான் இப்படி வளர்ந்துவிட்டது. அதற்கும் இதற்கும் சம்பந்தம் இருக்கிறதா என்று தெரியவில்லை. பயத்தில் அதை அடிக்கடி தொட்டுப் பார்த்துக் கொள்வதால், பலரும் "என்ன, நெஞ்சு வலியா?" என்று கேட்டுத் தொந்தரவு பண்ணுகிறார்கள்.

சென்ற வருடம் புத்தக விழாவின்போது, ஒரு சிறுபத்திரிக்கை அன்பர், என்னை நக்கல் செய்வதாக நினைத்துக் கொண்டு "என்ன, முலை பெருசா இருக்கு?" என்று கேட்டார். "சிலிகான்" என்று நானும் நக்கலாக பதில் சொன்னேன்.

பெண்கள் சிலிகான் பொருத்திக் கொள்வது பார்ப்பதற்குக் கவர்ச்சியாக இருந்தாலும் அது எனக்குப் பிடிக்காது. தாய்லாந்துப் பெண்கள் சிலிகான் பக்கம் போவதில்லை. தங்களுடைய சின்ன முலைகளுடனேயே சந்தோஷமாக இருக்கிறார்கள்.

தாய்லாந்து எனக்குப் பிடித்த நாடு. அங்கே உள்ள பாலியல் தொழிலாளிகளின் முலைகள் சின்னதாக, அழகாக இருக்கும். ஆனால் அவர்கள் ரசித்து ரசித்து செக்ஸில் ஈடுபடுகிறார்கள்.

ஆச்சரியமாக இருந்தது.

நளினி ஜமீலா :

நீங்கள் அங்கே நடக்கும் செக்ஸ் ஷோ பார்த்திருக்கிறீர்களா? கல்யாணம் ஆன பல ஜோடிகள் அதை வந்து பார்த்து விட்டுச் செல்கிறார்கள். பெண்ணின் யோனிதான் கான்செப்ட். அதை வைத்து விளையாடுறாங்க. மேஜையில் நின்று கொண்டு பெரிய ஊசிகளை யோனிக்குள் விட்டு எடுப்பாங்க. ஒரு கோக் பாட்டிலை எடுத்து அதை யோனியிலேயே வைத்து திறப்பாங்க. பின்னர் அந்த பாட்டிலை யோனியின் வாய்க்குள் வைத்தால் அது பாட்டிலுக்குள் இருக்கும் அத்தனை கோக்கையும் குடித்துவிடும். மீண்டும் காலி பாட்டிலை வைத்தால் குடித்த கோக் மீண்டும் அந்த பாட்டிலில் வந்து விடும். இது யூரின் இல்ல, கோக்தான், குடிச்சுப் பாருங்க என்று பரிசோதிக்கத் தருவார்கள்.

நான் ரொம்பப் பாதுகாப்பாக உணர்ந்த இடங்கள் இரண்டு. ஒன்று சோனாகச்சி. இன்னொன்று தாய்லாந்து. யோனி பற்றிய புனைவுகளை உடைப்பதாகக் கூட அது இருக்கலாம் என்று நினைக்கிறேன். தாய்லாந்தில் இன்னொரு விஷயம், எந்த ஒரு விஷயத்துக்காகவும் நம்மை நிர்ப்பந்திக்க மாட்டார்கள்.

சாரு நிவேதிதா :

நானும் இது பற்றி 'ராஸலீலா'வில் எழுதியிருக்கிறேன். அந்த செக்ஸ் ஷோவில் வீசின ஊசி ஒன்றை பொறுக்கியெடுத்து சட்டைப் பையில் வைத்திருந்தேன். சிங்கப்பூர் விமான நிலையத்தில் பிரச்சினை ஆகிவிடும் என்று நினைத்து பயந்து அதைக் கீழே போட்டு விட்டேன். சர்க்கஸ் மாதிரி அந்த ஷோ நடக்கிறது. அந்த ஷோவைப் பார்க்க உலகம் முழுவதிலும் இருந்து தம்பதிகள் குடும்பமாக வந்து பார்த்து விட்டுச் செல்கிறார்கள்.

நளினி ஜமீலா :

தாய்லாந்தில் ஒருநாள் பாரில் இருந்த போது மசாஜ் பண்ண ஒரு லேடி வந்தாங்க. நான் வேண்டாம் எனச் சொன்னேன். "உங்களுக்கு ஆண் வேண்டுமா? நான் ஏற்பாடு செய்யவா?"

என்று கூட கேட்டார்கள். நான் வேண்டாம் எனச் சொன்னேன். எனக்குப் பிடிக்காத நேரத்தில் பிடிக்காத விஷயத்தில் யார் கை வைத்தாலும் எனக்குப் பிடிக்காது என்றேன். ஆனால் அப்புறம் அவங்க நம்மைக் கடந்து போகும் பொதெல்லாம் ஸ்மைல் பண்ணிக் கொண்டுதான் போவாங்களே தவிர கடுப்படிக்க மாட்டாங்க. இந்தியாவில் கேரளாவில் இருக்கிற செக்ஸ் பணியாளர்களை விட தாய்லாந்தில் அவங்களுக்கு அதிக சுதந்திரம் இருக்கிறது என்பதை நான் உணர்ந்தேன்.

சாரு நிவேதிதா :

ஐரோப்பாவில் செக்ஸ் தொழிலாளர்களைப் பார்க்கும்போது இவர்கள் தான் பாலியல் தொழிலாளிகள் எனத் தெரிந்துவிடுகிறது. ட்ரெய்னில் போகும் போதோ அல்லது வேறு எந்த இடத்திலோ ஒரு செக்ஸ் தொழிலாளரைத் தனியாக இனம் கண்டு விட முடிகிறது. ஒன்று, அவர்களின் உடை. இரண்டு, முகத்தின் சதை அமைப்பு. சதை மிகவும் தடித்துப் போய் முகத்தில் விகாரமாகத் தேங்கிவிடுகிறது. ஆனால் தாய்லாந்தில் அந்தப் பிரச்சினை இல்லை. அங்கே பாலியல் தொழிலாளர்களுக்கும் வேறு பெண்களுக்கும் வித்தியாசம் தெரியவில்லை. முழு அளவில் ஈடுபாட்டுடன் செக்ஸில் ஈடுபடுவதால்தான் அவர்கள் அழகாக இருக்கிறார்கள் என்று நினைக்கிறேன்.

நளினி ஜமீலா :

கேரளாவில் கங்காதரன் மாஸ்டர் என்று ஒருவர் இருக்கிறார். கேரளாவில் நான் பாலியல் தொழிலாளிகளை பார்த்ததில்லை என்று ஒருமுறை அவர் சொன்னார். ஒன்று, அவரது பார்வையில் ஏதோ குறைபாடு இருக்க வேண்டும். அல்லது அவரால் அவர்களை இனம் கண்டுகொள்ள முடியவில்லை என்று அர்த்தம். பொதுவாக பாலியல் தொழிலாளிகளை அவர்களின் அங்க அசைவுகள், கண்களின் தேடல் என்று எளிதாக அடையாளம் கண்டு கொள்ளலாம். நான் சகஜமாகப் பழகும் போது எனது உடலுக்கு ஒரு மொழியிருக்கிறது. தொழிலுக்குச் செல்லும்போது ஒரு உடல்மொழி இருக்கிறது. இந்த இரண்டுமே அதை அனுபவிப்பவர்களுக்கு மட்டும்தான் தெரியும். ஆனால்

பாலியல் தொழிலாளிக்கு ஒரு நல்ல கஸ்டமர் கிடைத்தால் அது அன்றைய தினத்தின் ஒரு சின்ன சந்தோசம்.

சாரு நிவேதிதா :

ஆனால் ஆண்கள்தான் இரை தேடுவது போல செக்ஸைத் தேடி அலைய வேண்டியிருக்கிறது ஜமீலா...

நளினி ஜமீலா :

அதற்கும் ஆணாதிக்கம்தான் காரணம். ஆண்கள் இரை தேடுகிற மாதிரி என்று நீங்கள் ஏன் சொல்கிறீர்கள்? "தூண்டிலில் வைத்த இரை மீனுக்கு உணவாகாது" என்று ஒரு பழமொழி உண்டு. அப்படி ஒவ்வொரு ஆணும் ஒரு தூண்டிலோடுதான் அலைகிறான். அது பல நேரங்களில் கொடுக்காகவும் இருக்கிறது. பெண்தான் அந்தத் தூண்டிலில் சிக்கிய மீன். ஏனென்றால் அது இரை மாதிரி தெரிகிறது. ஆனால் அது இரை இல்லை. கொடுக்கு. அப்படித்தான் நினைக்கிறேன்.

சாரு நிவேதிதா :

நீங்கள் சொல்வது கருத்து ரீதியாக சரிதான். ஆனால் பயாலஜிக்கலாகவே ஒரு ஆண் செக்ஸை தேடிக்கொண்டே இருக்கிறான். ஆனால் தேவையும் ஆசையும் இருக்கிறதே தவிர அவனுக்கு அது பற்றிய அறிவு இல்லை. செக்ஸ் வைத்துக் கொள்ளும்போது கவனமாக இருக்க வேண்டும் என்று சொன்னதை இவன் தவறாகப் புரிந்து கொண்டபடி உடலுறவு முடிந்ததும் வெந்நீரில் ஆண் குறியை கழுவினால் அது புண்ணாகித்தானே போகும்? சரி, நாம் பேசிக் கொண்டிருக்கிற விஷயங்கள் வேறு திசைக்குள் திரும்பிக் கொண்டிருக்கிறது. "செக்ஸ் தொழில் சமூகத்தில் இல்லாத பட்சத்தில் ஒரு கெட்ட சமூகம்தான் உருவாகியிருக்கும்" என்று நீங்களும் சொல்லியிருக்கிறீர்கள். நானும் அதை ஆமோதிக்கிறேன். இதே சாயலை ஒத்த கருத்துக்களை நானும் சொல்லியிருக்கிறேன். ஆனால் பெண்ணியவாதிகள் பலரும் இதை ஒத்துக் கொள்ள மறுக்கிறார்கள்.

சங்க காலத்தில் பரத்தையர் வாழ்வு பற்றிய செய்திகள்

கிடைக்கின்றன. ஆயிரத்து ஐநூறு வருடங்களுக்கு முன்னால் பரத்தையர் அடிமைகள் மாதிரி இருந்தார்கள். அப்போது சமூகத்தில் பெண்களின் நிலை மோசமாக இருந்ததன் அடையாளம்தான் அது என்று ஒரு பெண்ணியவாதி சொல்லியிருக்கிறார். அதைப் பற்றி யோசிக்கும்போது அடிமை மாதிரி இருந்தார்களா என்பது சந்தேகமாக இருக்கிறது. குடும்பம் என்ற நிறுவனத்துக்குள் இருக்கும் பெண்கள்தான் இன்னும் அடிமைகளாய் இருக்கிறார்கள்.

பெட்ரோலும் மண்ணெண்ணெயும் ஊற்றிக் கொளுத்தப்படும் பெண்கள் அனைவரும் குடும்பத்தில் மாட்டிக் கொண்ட பெண்கள் தானே?

சென்ற நூற்றாண்டு வரை இருந்த தேவதாசிகளை எடுத்துக் கொண்டாலும், அவர்கள் அனுபவித்த சுதந்திரமும் புழங்கிய சமூக வெளியும் குடும்ப அமைப்புக்குள் இருந்த பெண்களுடையதைவிட அதிகமாகத்தான் இருந்திருப்பதாகத் தெரிகிறது.

நளினி ஜமீலா :

இரண்டு விதமான பெண்கள் இருந்திருக்கிறார்கள். கணிகையர் என்று சொல்லும்போது அவர்கள் ராஜாக்களுக்காகவும் பிரபுக்களுக்காகவும் இருந்தார்கள். அதாவது சமூகத்தின் பிரதானிகளுக்காக வாழ்வது.

பணக்காரர்களும் அதிகார வர்க்கத்தில் இருப்பவர்களும் பல பெண்களை திருமணம் செய்து அந்தப்புரத்தில் வைத்திருந்தார்கள். அதிகார பீடங்களின் போக வஸ்துவாக இருந்தாலும் அந்தப் பெண்களுக்கு சர்வ சுதந்திரமும் நிலமும் கொடுத்து, மரியாதை செய்து, விசேஷ காலங்களில் கௌரவம் செய்துதான் வைக்கப்பட்டிருந்தார்கள். அவர்கள் நிலை நன்றாகத்தான் இருந்தது. ஆனால் இந்தப் பரத்தையர், கணிகையர் என்றெல்லாம் இலக்கியங்களில் பேசப்படும் பெண்கள் மட்டுமே பெண்கள் இல்லையே? அதற்கும் வெளியே உரிமைகள் மறுக்கப்பட்ட எத்தனை கோடிப் பெண்கள் இருந்திருக்கிறார்கள்? அவர்களின் பாலியல் உணர்வுகள் மதிக்கப்பட்டதற்கான சான்றுகள் எதுவும்

இருக்கிறதா என்று தெரியவில்லை.

சாரு நிவேதிதா :

ஆமாம்... தஞ்சையில் கூட பரத்தையருக்கு வழங்கப்பட்ட நிறைய நிலங்கள் இன்னமும் இருக்கிறது. பெயர்தான் பொது மகளிராக இருந்ததே தவிர அவர்களுக்கு விரல் விட்டு எண்ணக் கூடிய வாடிக்கையாளர்கள் - அதுவும் சமூகத்தில் பிரமுகர்களாக இருந்தவர்கள்தான் - இருந்திருக்கிறார்கள். எது பற்றியும் முடிவெடுக்கும் அதிகாரம் அந்தப் பெண்களிடம் இருந்தது என்றே நமக்கு கிடைக்கும் சான்றுகளிலிருந்து தெரிகிறது.

நளினி ஜமீலா :

தேவதாசிகள் பற்றிய பழைய நூல் ஒன்றை மலையாளத்தில் மொழியாக்கம் செய்தார்கள். அது ஐரோப்பிய சுற்றுலாப் பயணி ஒருவர் எழுதிய நூல். கணிகையாக இருக்கும் பெண் ஒருத்திக்கு அவளது தாய் அறிவுரை கூறுகிற மாதிரி ஒரு பகுதி அதில் வரும். ஒரு கணிகை ஐந்து ஆண் மக்களைத் தேர்ந்தெடுக்க வேண்டும்.

உனக்கு அழகான ஒருவன் தேவை. உனது மன விருப்பங்களை அவன் பூர்த்தி செய்வான். உனக்கு முரட்டுத்தனமான ஒருவன் தேவை. அவன் மற்றவர்களிடமிருந்து உன்னைக் காப்பாற்றுவான். உனக்கு வசதி படைத்த ஒருவன் தேவை. உன் பணத்தேவையை அவன் நிறைவு செய்வான். உனக்கு காவலாளி மாதிரி ஒருவன் தேவை. உன்னைச் சுற்றி என்ன நடக்கிறது, எப்படி நடக்கிறது என்கிற தகவலைச் சொல்லி உன்னைப் பேணுவான். உனக்கு அடிமை மாதிரி ஒருவன் தேவை. அவன் உனக்கு சேவைகளைச் செய்வான். இவ்வாறாக ஒரு கணிகைக்கு ஐந்து பேர் கண்டிப்பாகத் தேவை. அதையும் மீறி விருப்பப்படி ஆட்களை சுவீகரிக்கலாம் என எழுதியிருக்கிறார். தேவதாசிகளின் வாழ்க்கையைப் பற்றிப் படிக்கும்போது அவர்களில் சமூக அங்கீகாரம் இருந்தவர்களும் இருந்திருக்கிறார்கள்; அங்கீகாரம் இல்லாதவர்களும் வாழ்ந்திருக்கிறார்கள் என்றே தெரிகிறது.

சாரு நிவேதிதா :

சிலப்பதிகாரத்தில் மணிமேகலைக்குப் பெயர் சூட்டும் விழாவில் ஆயிரக்கணக்கான கணிகையர் வந்து கலந்து கொண்டதாக வருகிறது. இதை வைத்து தமிழகத்தில் அடிமை முறைமாதிரி இருந்திருக்கிறது என்கிற முடிவுக்கு பலர் வந்துவிடுகிறார்கள். என் மனைவி கூட பரத்தையை விட குறைவான சுதந்திரம் உள்ள பெண்தான். ஏனென்றால் அவள் அப்படி வாழவே பிரியப்படுகிறாள். ஆனால் ஆயிரம் ஆண்டுகளுக்கும் மேலான செழுமையைக் கொண்ட தமிழ் மரபில் பேணப்பட்ட பாலியல் மரபுகளை இன்று விவாதிக்கக் கூட முடியவில்லையே? கற்பு பற்றி குஷ்பு சொன்ன கருத்தில் எனக்கு உடன்பாடில்லை. ஆனால் அவருக்கு அந்தக் கருத்தைச் சொல்ல உரிமை இருக்கிறது இல்லையா?

நளினி ஜமீலா :

தமிழகத்தில் நானும் செக்ஸ் பணியாளராக இருந்திருக்கிறேன். பொதுவாகவே ‘எங்கள் சமூகம் மிகவும் சுத்தமான சமூகம்; எங்களிடம் செக்ஸ் தொழில் இல்லை’ என்று சொல்கிற பழக்கம் எல்லா இடங்களிலும் இருக்கிறது. கேரளாவிலும் இருக்கிறது. கேரளக் கவிஞர் சுகதகுமாரியும், நானும், சில பாலியல் தொழிலாளர்களும் புது டில்லிக்குச் சென்றிருந்தோம். அங்கே ஒரு கூட்டத்தில் சுகதகுமாரி பேசும்போது “கேரளாவில் செக்ஸ் பணியாளர்களே கிடையாது” என்றார். எனக்கு அதிர்ச்சியாக இருந்தது. என்னுடன் வந்த ஒரு பாலியல் தொழிலாளி எழுந்து, “நான் இத்தனை வருஷமா தொழில் செய்கிறேன்; கேரளாவில் இருந்து வருகிறேன்” என்று பதில் சொன்னார். எங்கே போனாலும் கையில் தீப்பந்தத்தோடு நாங்கள் எங்களை நிரூபித்துக் கொள்வதற்காகப் போராட வேண்டியிருக்கிறது. இந்த அதிகாரவர்க்கம் எங்களை அச்சுறுத்த நினைக்கும்போதெல்லாம், எங்களை மறுக்கிறபோதெல்லாம் நாங்கள் இப்படித்தான் எங்களை வெளிப்படுத்தியாக வேண்டியிருக்கிறது. அது மாதிரிதான் தமிழ்நாடும்.

நாகர்கோவிலில் இருந்து சென்னை வரையிலும் நான் தொழில்

செய்திருக்கிறேன். தமிழ்நாட்டில், கேரளாவில் என எல்லா மாநிலங்களிலும் எய்ட்ஸ் புராஜக்ட் இருக்கிறது. பாலியல் தொழிலாளிகளே இல்லை என்றால் பின்னர் எதற்கு இத்தனை புராஜக்ட்கள்? இன்னும் சொல்லப் போனால், அத்தனை தன்னார்வ அமைப்புகளும் பாலியல் தொழிலாளிகளை நம்பித்தான் இருக்கிறது. ஃபியர் எஜுகேட்டராக நியமிக்கப்படுவது இந்த பாலியல் தொழிலாளிகள்தான். நிரோத்தின் அவசியம் பற்றி அவர்கள் பேசுகிறார்கள். இந்த உலகம் பார்க்கவும் பழகவும் எங்களின் அம்மணங்களை நாங்கள் இன்னொரு மக்களுக்குக் காட்டுகிறோம். இதற்கெல்லாம் பாலியல் தொழிலாளி வேண்டும். ஆனால் அவர்கள் இருக்கிறார்கள் என்று ஒத்துக் கொள்வதில் மட்டும் சிரமம் இருக்கிறது!

ஒரு வாரத்தில் இரண்டு தடவையாவது 'பாலியல் தொழிலாளிகள் கைது!' என செய்தித்தாளில் வருகிறது. ஆனால் பாலியல் தொழிலாளியிடம் போனதற்காக எந்த ஆணாவது கைது செய்யப்பட்டு நீங்கள் பார்த்திருக்கிறீர்களா? சென்னை கே.கே. நகரில் இருந்தேன். அங்கு சினிமாவில் நடிப்பதாக சொல்லிக் கொண்டு சில பெண்கள் இருந்தார்கள். காலையில் கிளம்பிப் போவார்கள். சில மணி நேரங்களில் திரும்பி வந்து விடுவார்கள். கேட்டால் வேலை முடிந்தது என்பார்கள். பின்னர்தான் தெரிந்தது. அவர்கள் வடபழனி ஏரியாவில் இருக்கும் பஸ் ஸ்டாண்டின் ஓரத்தில் நிற்பார்கள். பாலியல் வேலைக்குச் சென்று செலவுக்கும் சோற்றுக்கும் காசு பார்த்து விட்டு வந்து விடுவார்கள். இவர்களில் பலர் கதாநாயகி கனவோடு ஊரில் இருந்து அழைத்து வரப்பட்டு சீரழிக்கப்பட்ட பெண்களாகவே இருக்கிறார்கள்.

இப்போது இந்த நிலை மாறியிருக்கிறது. காரணம், இப்போது படித்த, வசதியான வீட்டுப் பெண்கள் சினிமாவுக்கு வரத் துவங்கி விட்டார்கள். ஆனால் இன்னும் சினிமாவில் ஜூனியர் ஆர்ட்டிஸ்டுகளின் நிலை பரிதாபம் தான். அவர்களில் பலருக்கு திருமணம் என்ற ஒன்றே நினைத்துப் பார்க்க முடியாததாக இருக்கிறது. இப்போது சினிமாவில் ரிச் கேர்ள்ஸ் என்று இருக்கிறார்கள். இவர்களில் பல வகை. பெங்களூர் போன்ற

நகரங்களில் இருந்து அழைத்து வரப்படுகிறவர்கள். இன்னும் சிலர், கல்லூரிகளில் படிக்கும் பெண்கள். இந்தப் பெண்களுக்கும் ஆர்ட்டிஸ்ட் ஏஜெண்டுகளுக்கும் தொடர்பு இருக்கும் என்று நினைக்கிறேன். கல்லூரி சீன் ஏதாவது எடுக்க வேண்டும் என்றால் இந்த அழகான பெண்களை அழைத்துச் சென்று தூரத்தில் நடக்க விட்டு நடிக்கச் சொல்வார்கள். கும்பலோடு கும்பலாக இருக்கச் சொல்வார்கள். இதில் டயலாக் பேசி நடித்தால் தனிக்காசு. எப்படியும் ஒரு நாளைக்கு ஆயிரத்திலிருந்து இரண்டாயிரம் வரை பார்த்து விடுவார்கள். ஆனால் இதே நிலை ஜூனியர் ஆர்ட்டிஸ்ட் என்று சொல்லக்கூடிய, சினிமாவை மட்டுமே நம்பி வாழும் பெண் தொழிலாளிகளுக்குக் கிடைக்காது. பாதியை ஏஜெண்டுக்கு அழுது விட்டு, வீட்டுக்குச் சில நூறு ரூபாயோடு வந்து, அதுவும் போதாமல் பாலியல் தொழிலில் ஈடுபடும் பல பெண்களை எனக்குத் தெரியும். முன்பெல்லாம் ஒரு இடத்துக்கு வரச் சொன்னால் பல மணிநேரம் காத்துக் கிடக்க வேண்டும். இப்போது அந்தப் பிரச்சினையெல்லாம் இல்லை. மொபைல் போன் வந்திருக்கிறது. கஸ்டமரையும் காத்திருக்க வைக்க வேண்டாம். நானும் காத்திருக்க வேண்டாம். நேரத்தை அறிந்து தொழில் செய்யலாம்.

சாரு நிவேதிதா :

செல்போன், இமெயில் எல்லாம் வந்தபிறகு செக்ஸ் ஓர்க்கர்ஸ் என்கிற தனி ஜாதி காணாமல் போய்விட்டது என்றே நினைக்கிறேன்.

என்னுடைய நண்பர் குழாமில் சில பேர் இருக்கிறார்கள். அவர்கள் சில பெண்களிடம் போகிறார்கள். அந்தப் பெண்களுக்கு குடும்பம் இருக்கிறது. குழந்தைகள், கணவன், மாமனார், மாமியார் எல்லோரும் இருக்கிறார்கள். அவர்களுக்கு போன் பண்ணும் போது போனை எடுக்காவிட்டால் யாரோ பக்கத்தில் இருக்கிறார்கள் என்று புரிந்து கொள்ள வேண்டும். போனை எடுத்தால் யாரும் இல்லை என்று அர்த்தம். நான்கு வீடுகளுக்குப் போய் வேலை செய்தால் மாதம் இரண்டாயிரம் ரூபாய்தான் வருகிறது. அதுவும் ஒரு நாளைக்கு எட்டு மணிநேரம் வேலை

செய்ய வேண்டும். ஆனால் இப்படி சில ஆண்கேளாடு சில மணிநேரம் செலவிட்டால் போதும் ஆயிரம் ரூபாய் கிடைக்கும். மாதத்தில் சில நாட்கள் இப்படி வந்து போனாலே அவர்களின் தேவை பூர்த்தியாகி விடுகிறது. அவர்களுக்கு பொருளாதார ரீதியிலான போதாமைகள் இருக்கிறது. அதை இப்படிச் சமாளித்துக் கொள்கிறார்கள் என்று நினைக்கிறேன்.

நளினி ஜமீலா :

இந்த மாதிரி செக்ஸ் ஒர்க்கர்ஸை ஊட்டி, கொடைக்கானல் மாதிரியான சுற்றுலாத் தலங்களில் பார்க்கமுடியும். வெளிப் படையான செக்ஸ் ஒர்க்கர்ஸை விட மறைமுகமான செக்ஸ் ஒர்க்கர்ஸின் நிலை அவலமானது. ஏனென்றால், அவர்களுக்கு என்ன வேண்டுமென்றாலும் நேரலாம். கிடைக்கிற பார்ட்னர் கொஞ்சம் மனிதத்தன்மை உள்ளவராக இருந்தால் பிரச்சினை இல்லை. ஆனால் அவன் இவளுடைய இக்கட்டான நிலைமையை மனதில் வைத்து பிளாக்மெயில் பண்ணத் துவங்கினால், அவர்கள் குடும்பம் எல்லாவற்றையும் இழந்து முழுமையான பாலியல் தொழிலாளியாக மாறும் ஆபத்து இருக்கிறது. எங்களை மாதிரி தனிப்பட்ட பாலியல் தொழிலாளியாக இருந்தால் கூட பரவாயில்லை. புரோக்கர்களிடம் விற்கப்படுகிற இந்த மாதிரிப் பெண்களின் வாழ்க்கை படுமோசமானது. சோகமானது.

விழுப்புரத்தில் கூட இப்படி ஒரு இடம் இருந்ததாகச் செய்திகளில் படித்திருக்கிறேன். இம்மாதிரி இடங்களுக்கு வந்து சேருகிற பெண்களின் கதை ஒரு பக்கம் இருந்தாலும் பாலியல் விடுதிகளில் இருந்து மீட்கப்படும் பெண்களின் கதை மிக மிகக் கொடூரமானது. அரசு அதிகார வர்க்கத்துக்கு அவர்கள் கலாச்சாரக் கேடாகத் தெரிவதால் ஒரு நேர்மையான பாவனைக்காக அவர்களை மீட்கிறார்கள். அப்படி மீட்கப்படும் பெண்களுக்கு நிவாரணங்களோ மாற்றுத் தொழில் ஏற்பாடுகளோ கிடையாது. அவர்களை மீட்டு நடுரோட்டில் விட்டு விட்டுச் சென்று விடுகிறார்கள். ஒன்று, அவளை அப்படியே விட வேண்டும். அல்லது வேறு சமூக வாழ்க்கைக்கு உத்திரவாதம் கொடுக்க வேண்டும். அவர்களை சாலையில் விட்டுச் செல்வதின்

பின்விளைவு, அவள் திரும்பிச் செல்ல ஒரு வழியில்லாமல் தவிக்கிறாள். மீண்டும் எங்கிருந்து மீட்கப்பட்டாளோ அங்கேயே போய்ச் சேர்கிறாள். வெறுமனே பாலியல் தொழிலாளிகள் கலாச்சாரத்தை சீரழிக்கிறார்கள் என்று கத்துவது படு கேவலமான போக்கு. ஆண்களும் பாலியல் தேவையும் இருக்கிறவரை செக்ஸ் ஒர்க்கர்ஸ் இருந்து கொண்டுதான் இருப்பார்கள்.

சாரு நிவேதிதா :

மும்பையில் ஒரு பாலியல் தொழிலாளியைச் சந்தித்தேன். அந்தப் பெண் அதற்கு முன்னால் ஒரு ஜெராக்ஸ் கடையில் வேலை பார்த்திருக்கிறாள். மாதம் 1,500 ரூபாய் கிடைக்குமாம். ஜெராக்ஸ் மிஷின் பயங்கர உஷ்ணத்தை உற்பத்தி பண்ணும். அந்த உஷ்ணத்தில் கால் கடுக்க நின்று வேலை பார்க்க வேண்டும். அது பிடிக்காமல் இப்போது டிஸ்கோ டான்ஸராக இருக்கிறாள். மாதம் முப்பதாயிரம் ரூபாய் கிடைக்கிறது. ஒருநாள் நானும் அவளும் சாலையில் நடந்து கொண்டிருந்த போது, "பானிப்பூரி சாப்பிடலாமா?" என்று கேட்டேன். எனக்கு வாங்கிக் கொடுத்து விட்டு அவள் சாப்பிடாமல் நின்று கொண்டிருந்தாள். பிறகு சொன்னாள். "அந்த ஜெராக்ஸ் கடையில் வேலை பார்க்கும் போது பானிப்பூரி சாப்பிடணும்னு ஆசையாக இருக்கும். ஆனால் கையில் ஒரு ரூபாய் கூட இல்லாமல் அதை ஏக்கமாக பார்த்துக் கொண்டே போவேன். இப்போது கைநிறைய காசிருக்கு. ஆனால் சாப்பிடப்பிடிக்கவில்லை".

பணமில்லாமல் மனிதன் வாழவே முடியாது என்பது போல் ஆகிவிட்டது. கன்ஸ்யூமர் கலாச்சாரம் வேகமாகப் பரவிக் கொண்டிருக்கிறது. மக்களுக்கு ஆடம்பர மோகம் அதிகமாகிவிட்டது. வாழ்வின் ஜீவாதாரமான மதிப்பீடுகளையும் அறவுணர்வையும் தூக்கியெறிந்து விட்டு மனிதர்கள் மிகக் கேவலமான சினிமாப் பாணி வாழ்க்கையைக் காப்பியடித்துக் கொண்டிருக்கிறார்கள். அதற்குத் தேவையாயிருக்கும் பணத்துக்காக எதையும் செய்வதற்குத் தன்னைத் தயார் செய்து கொண்டு விட்டது சமூகம்.

ஆனால் 'இங்கே எந்தத் தப்பும் நடக்கவில்லை, ரொம்ப சுத்தமான

சமூகம் இது' என்று சொல்லிக் கொண்டு திரிகிறது ஒரு கூட்டம். இன்னொரு பக்கம் கலாச்சாரக் காவலர்கள் ஒழுக்கத்தின் பெயரால் பாலியல் தொழிலாளர்களை மிரட்டுகிறார்கள். ஆனால் இதில் வேடிக்கை என்னவென்றால், பாலியல் தொழில் ஒழிக என கோஷம் போடுகிற ஆசாமிக்கு ஒவ்வொரு இரவிலும் ஒரு பெண் தேவைப்படுகிறாள்.

போலியான மதிப்பீடுகளே இன்று நம்மை ஆதிக்கம் செலுத்திக் கொண்டிருக்கிறது. தமிழ்க் கலாச்சாரத்தின் மீது தலைவர்கள், தொண்டர்கள், கட்சிகள், மக்கள் என வித்தியாசம் இல்லாமல் இந்தப் போலி மதிப்பீடுகளின் தாக்கம் இருக்கிறது. இவைகளின் மேல் தான் இவர்களின் வாழ்க்கை கட்டமைக்கப்படுகிறது. செக்ஸ் பற்றிப் பேச மறுக்கிறார்கள். செக்ஸை விடுங்கள்; கல்வியைப் பற்றி மட்டும் பேசுகிறார்களா என்ன? பணக்காரக் குழந்தைகள் கான்வென்ட் ஸ்கூலில் படிக்கிறது. ஏழைக் குழந்தைகள் குப்பைத் தொட்டியைப் போலவும், பொதுக் கழிப்பிடங்களைப் போலவும் இருக்கிற பள்ளிகளில் படிக்கிறார்கள். என்ன ஒரு பாரபட்சமான கல்வி முறை! இப்படி இவர்கள் விவாதிக்காமல் விட்ட விஷயங்கள் ஏராளமாய் உண்டு.

நளினி ஜமீலா :

பழனியில் முருகன் மலை இருக்கு. அங்கே நீங்கள் போயிருக்கீங்களா? நான் போயிருக்கேன். என்னோட மூன்றாவது கணவரும் நானும் அங்கே போயிருந்தோம். மலைக்கு ஏறின பிறகு அங்கிருந்து கொஞ்சம் இருட்டின பிறகு படிகள் வழியே கீழே இறங்கினால் அங்கே நூற்றுக்கணக்கான குழந்தைகள் இருப்பது தெரியும். அந்தக் குழந்தைகள் எங்கிருந்து அங்கே வந்தன? வானத்தில் இருந்து நேரடியாக பழனி மலையில் குதிச்சிட்டாங்களா?

பல குழந்தைகள் ஊனமாக இருப்பார்கள். அவர்கள் இயற்கையாகவே ஊனமானவர்களா? அல்லது ஊனம் ஆக்கப்பட்டவர்களா? என்ன காரணத்திற்காக ஊனம் ஆக்கப்பட்டார்கள்? எந்த மனித உரிமை அமைப்புகளாவது அந்தக் குழந்தைகளின் வரலாற்றை கிளறிப் பார்த்திருக்கிறதா?

சென்னையில் பிரதான சிக்னல்களில் குழந்தைகளை இடுப்பில் ஏந்தியபடி பிச்சை எடுக்கிறார்களே, அந்தப் பெண்களின் இடுப்பில் இருக்கும் குழந்தைகள் அவர்களின் குழந்தைகளா? இல்லை. அந்தக் குழந்தைகள் பிச்சை எடுப்பதற்காக வாடகைக்கு விடப்படுகிறார்கள். காலையில் எடுத்துச் சென்று விட்டு மாலையில் கொண்டு வந்து விடும்போது குழந்தையோடு சேர்த்து ஐம்பது ரூபாயையும் கொடுக்க வேண்டும். பழனிமலையிலும் சரி; நகரத்து வீதிகளிலும் சரி; எங்கு பார்த்தாலும் இறைந்து கிடக்கும் இந்தக் குழந்தைகள் யார்? இவர்கள் என்ன, ஆஸ்திரேலியாவில் தகப்பன் யார் எனத் தெரியாமல் வாழும் அபாரிஜினல்ஸா? இந்தக் குழந்தைகளில் பெரும்பாலானோர் பாலியல் தொழிலாளர்களுக்குப் பிறந்த குழந்தைகள் அல்லது பாலியல் கூடங்களிலிருந்து மீட்கப்பட்டு நிராதரவாக விடப்பட்ட ஏழைப் பாலியல் தொழிலாளர்களின் குழந்தைகள்.

சாரு நிவேதிதா :

நான் மெரீனா பீச்சில் கூட இந்த மாதிரி குழந்தைகளைப் பார்க்கிறேன். ஒருநாள் அதிகாலையில் மெரீனா பீச்சுக்கு நானும் என் மனைவியும் வாக்கிங் போனோம். உலகத்தின் பிரதான கடற்கரைகளில் மெரீனாவும் ஒன்று இல்லையா? ஆனால் அந்தக் கடற்கரை வெளி முழுக்க ஒரே பிளாஸ்டிக் குப்பைகள். கொஞ்சம் அலை பக்கம் நெருங்கி போனால் மனிதக் கழிவுகள். ஏன் இவர்கள் கடற்கரையை பொதுக்கழிப்பிடமாக பயன்படுத்துகிறார்கள் எனச் சிந்தித்த போது அவர்களுக்குக் கழிப்பிட வசதியோ குடிநீர் வசதியோ இல்லை என்பதைப் புரிந்துகொள்ள முடிகிறது.

மெரீனாவின் நினைவுகள் நம்மால் எப்படி மீட்கப்படுகிறது? பரந்து விரிந்த கடற்கரை கள்ளக் காதலர்களின் புகலிடம் என்று சொல்லப்படுகிறது. இந்தக் கள்ளக்காதல் பற்றியும் நாம் பேசியாக வேண்டும். கள்ளக்காதல் பற்றிய செய்திகளும், அதனால் விளையும் கொலைகளும் பத்திரிகைகளின் பக்கங்களை நிறைக்கிறது. போலியான மதிப்பீடுகளைச் சுமக்கும் ஒரு சமூகத்தில் இம்மாதிரி மதிப்பீடுகள் எதை உற்பத்தி செய்கிறது

என்றால், பல்லாவரம் வித்யா மாதிரி பொண்ணுங்களைத் தான் உண்டாக்குகிறது. சென்னை செய்தித்தாளை மட்டும் பார்த்தாலே தெரியும்; நம்முடைய ஒழுக்கக் கோட்பாடுகள் எவ்வளவு மோசமானவை என்று. கள்ளக்காதல் பற்றியும், ஒழுக்கக் கோட்பாடுகள் பற்றியும் நீங்கள் என்ன நினைக்கிறீர்கள் ஜமீலா?

நளினி ஜமீலா :

இருபது வருடங்களுக்கு முன்னால் ஒரு பெண் கல்லூரிக்குப் படிக்கச் சென்றாலே கெட்டுப் போய் விடுவாள் என்றிருந்தது. ஆனால் இன்று அப்படி ஒரு பெண் அவ்வளவு எளிதில் ஏமாற முடியாது. டிக்கெட் எடுக்காமல் டிரெயின் ஏறினால் என்ன சொல்றாங்க? கள்ள டிரெயின் ஏறிட்டாங்கறாங்க. டிரெயின் கள்ளனா? இல்லை, நான் கள்ளனா? இந்த வார்த்தைகளுக்கு அர்த்தம் இல்லாமல் பேசுகிற மாதிரிதான் காதலிலும் பேசுகிறோம். காதலில் கள்ளக்காதல் எல்லாம் கிடையாது. எல்லாம் காதல்தான். நம்பி வந்த பெண்ணை ஏமாத்தினா அது ஏமாந்த காதலாகவோ, ஏமாத்தின காதலாகவோகதான் இருக்க முடியுமே தவிர கள்ளக்காதலாக இருக்க முடியாது. ஏனென்றால் உண்மையில் அப்படி எதுவும் இல்லை.

சாரு நிவேதிதா :

நானும், தாலி கட்டிய ஒரு பெண்ணும் பீச்சுக்குப் போனால் அது நல்ல காதல். தாலி கட்டாமல் எந்தப் பெண்ணுடன் பீச்சுக்குப் போனாலும் அது கள்ளக்காதல்! ஆனால் தாலி கட்டிக் கொண்டால் வீடு வாங்கணும், குழந்தை பெத்துக்கணும், ஃபிரிட்ஜ் வாங்கணும் என்று கன்ஸ்யூமர் கலாச்சாரத்துக்குள் கிடந்து புரள வேண்டியதுதான். பீச்சுக்கும் நேரம் இருக்காது, காதலிக்கவும் நேரமிருக்காது. திருமண பிசினஸ் லாபகரமாக நடக்க வேண்டும் என்றால் காதலிக்கக்கூடாது. ஆக, பீச்சுக்கு வருகிறவர்களெல்லாம் கள்ளக்காதல் ஜோடிகள் என்று போலீஸ் சொல்வதிலும் அர்த்தம் இல்லாமல் இல்லை. ஆக, வெறும் காதல் பண்ணினாலே அது கள்ளக் காதல்தான் என்றாகி விடுகிறது இல்லையா?

ஐம்பது வருடங்களுக்குப் பிறகு இன்று பெண்களுக்குத் திருமண வயது மிகவும் தள்ளிப்போய் விட்டது. பெண்கள் 28 வயது வரை திருமணத்தைத் தள்ளிப் போடுகிறார்கள். திருமணத்துக்கு முந்தைய உடலுறவு அதிகரிக்கிறது. ஆனால் அவர்களே இதை ஒரு குற்றமாக கருதித்தான் செய்கிறார்கள். மாலையில் வேலைக்கு போய் காலையில் வீட்டுக்கு வருகிறார்கள். கால்சென்டரில் போய் தங்களின் ஒரிஜினலான பெயரை மாற்றி அமெரிக்கப் பெயரை வைத்துக் கொள்கிறார்கள். எடுத்ததற்கெல்லாம் சலசலக்கும் சிலர் ஏன் இந்தத் தகவல் தொழில்நுட்பக் கலாச்சாரம் குறித்து எந்தக் கேள்வியும் எழுப்பவில்லை? பக்கத்து வீட்டுப் பையனுடன் பேசினாலே துடித்துக் கொதித்து எழுந்த பெற்றோர், இன்று இரவு வேலைக்காகத் தங்களின் பெண் குழந்தைகள் செல்வது பற்றியோ, உரிமைகள் அற்ற மனிதர்களாக அவர்கள் மாறும் துன்பம் பற்றியோ, அவர்களின் உடல் உபாதைகள் பற்றியோ கவலைப்படுவதில்லை. காரணம் ஒன்றே ஒன்றுதான்; அந்தப் பெண்கள் கொண்டு வரும் பணம். பணம்தான் இங்கே எல்லாவிதமான மதிப்பீடுகளையும் உருவாக்குகிறது. அல்லது மாற்றுகிறது. ஆனால் இந்தப் புதிய தலைமுறை உருவான பிறகு சமூகம் பிளவுபடத் துவங்கியிருக்கிறது. இந்தப் பிளவை உருவாக்குகிறவர்கள் இந்தத் தலைமுறை அல்ல; இந்த அமைப்பு. இந்த அமைப்பைத்தான் நான் குற்றம் சாட்டுவேன்.

நளினி ஜமீலா :

சமுதாயத்தின் குப்பைத் தொட்டி எது தெரியுமா? ஏழைகள் தான். நான் இதை என்னுடைய வாழ்க்கையின் ஒவ்வொரு பகுதியிலும் அனுபவிச்சிருக்கேன். நல்லபடியாக ஒரு புடவை வாங்கி உடுத்த முடியாது. நெற்றியில் ஒரு பொட்டு வைத்துக் கொள்ள முடியாது. விரும்பியதை வாங்கிச் சாப்பிட முடியாது. இதையெல்லாம் ஏழைகள் செய்தால் அவர்களின் அந்தச் செயல்களுக்கு ஒரு தவறான நியாயம் கற்பிக்கப்படும். அது மட்டுமல்ல; பாலியல் தொழிலில் கூட இந்தப் பிரிவினை இருக்கிறது. பணக்காரங்க பைவ் ஸ்டார் ஹோட்டலில் ரூம் போட்டு எல்லா வேலையும் பண்ணுவாங்க. போலீஸ் அங்கே போய் ஒரு புல்லைக்கூட பிடுங்க முடியாது. அவங்க ரெய்ட் வருவதென்றால் 100 ரூபாய்க்கு

அறை எடுத்துத் தங்குகிற எங்களை மாதிரியான ஏழை பாலியல் தொழிலாளிகளின் அறைக்குத்தான் வருவாங்க.

அடுத்த நாள் மலையாள பேப்பரில் வரும்: “சுந்தரிகள் கைது!” தமிழில் சொன்னால் “விபச்சார அழகிகள் கைது!” நீங்கள் சுந்தரிகளின் படத்தைப் பார்த்திருக்கிறீர்களா? அல்லது அந்தச் செய்தியை எழுதிய நிருபருக்குத்தான் தெரியுமா, சுந்தரிகள் என்றால் யார் என்று. பார்ப்பதற்கு அந்தப் பெண்கள் காக்கா மாதிரி இருப்பாங்க. லட்சணமாக இல்லாமல் இருப்பதால் பத்திரிகைகளே அந்தப் புகைப்படங்களை பிரசுரிக்க மாட்டார்கள். அப்படிப்பட்ட சுந்தரிகளைத்தான் இவர்கள் கைது செய்வார்கள். ஆனால் பணக்கார அழகிகள் இருக்கும் இடங்களில் போலீஸால் நுழையவே முடியாது. ஏனென்றால், அவர்களிடம் வெள்ளிப் பணம் இருக்கிறது. எங்களிடம் என்ன இருக்கிறது?

திருச்சூரில் ஜெயா லாட்ஜ் என்று ஒரு லாட்ஜ் இருக்கிறது. கொஞ்ச வருடம் முன்னாடி செக்ஸ் முடிச்சிட்டு கொஞ்சம் மது குடிக்க பாட்டில் வாங்குவதற்காக வெளியில் வந்தேன். அங்கே போலீஸ் ஜீப் வந்தது. அந்த ஹோட்டலுக்கு முன்னால் வந்து நின்றது. ஹோட்டல் வரவேற்பறையின் பக்கத்து அறையில் நான் இருந்தேன். ரெய்டு வந்த போலீஸ் என்னைப் பார்த்துவிட்டு “ஃபேமிலியா?” என்று கேட்டார். நான் ஆமாம் என்று தலையாட்டினேன். அதே மாதிரி இன்னொரு நாள்... என்னோட ரெகுலர் கஸ்டமர் அவர். நல்லபடியாக நடத்துவார். அவரோடு இருக்கும்போது ரெய்ட் வந்தாங்க. என்னோட கஸ்டமர் இடுப்பில் துண்டோடு பெட்டில் இருந்தார். நான் எந்தக் காரணமும் சொல்லித் தப்ப முடியாத சூழல் இருந்தது. பொதுவாக ரெய்ட் வருகிற போலீஸ் எங்களை எல்லாம் இழுத்துக் கொண்டு ஸ்டேஷனில் போட்டாலும் ஆண்களை அடித்துத் துவைத்து விடுவார்கள். இன்ஸ்பெக்டர் வந்தார். அவரிடம் சொன்னேன். “சார், மூணு நாளா எனக்கு இவர்தான் சோறு போடுகிறார். அவங்க மனைவிக்கு உடம்புக்குக் கொஞ்சம் வருத்தம். அதனால் என்கூட வந்தார். அவரை ஒன்றும் செய்திடாதீங்க” என்றேன். ஹோட்டல் அறைக்குள் இருந்த கண்ணாடி வழியே பார்த்தவர் அப்படியே நகர்ந்து போனார்.

இப்படியும் மனிதர்கள் இருக்கிறார்கள். ஆனால் வலியவன் ஜெயிக்கிறதுதான் இங்கே யதார்த்தமாக இருக்கிறது.

பிரபுக்களும் ராஜாக்களும் வாழ்ந்து கொண்டிருக்கும் சமூகம் இது. எளிய பிரஜைகளுக்கு இங்கே இடம் கிடையாது. பணக்காரப் பெண்கள் விரும்புகிறபடியெல்லாம் வாழலாம். அதிகாரம் அதை என்ன பெயரிட்டும் அழைக்கும். ஆனால் நாங்கள் இப்போதும் எப்போதும் பாலியல் தொழிலாளர்கள் தான். சென்னையில் உள்ள பிரகிருதி பவுண்டேஷன் என்னை ஒரு மீட்டிங்கில் பேச அழைத்திருந்தார்கள். அப்போது ஒரு பிரமுகர் அம்மா கேட்டாங்க, செக்ஸ் விஷயத்தில் நீங்கள் உங்களுக்கு விரும்பியபடி அனுபவிக்க முடியுது; எங்களுக்கு செக்ஸ் அனுபவிக்கிறதுக்கான ஸ்பேஸ் இல்லைன்னாங்க. நான் அதற்கு, "இல்லை, நீங்கள் மனித உரிமை பற்றி எல்லாம் பேசுறீங்க. போகிற இடங்களில் உங்களுக்கும் செக்ஸ் கிடைக்கும். அதை அனுபவிக்க உங்கள் மனம்தான் தடையாக இருக்கிறது என்று நினைக்கிறேன். ஆனால் எங்களுக்குக் கிடைப்பது எல்லாவற்றையும் செக்ஸ் என்று நீங்கள் சொல்வதே வேடிக்கையாக இருக்கிறது" என்று சொன்னேன்.

சாரு நிவேதிதா :

எனக்கும் இது சம்பந்தமாக கொஞ்சம் சிக்கல் இருக்கு. அதாவது செக்ஸ் தேவை என்றால் அதற்காக பாங்காக் நகருக்கா போக முடியும்? செக்ஸ் இங்கே தடை செய்யப்பட்ட விஷயமாக இருக்கு. எங்கேயும் போக முடியவில்லை என்றால் எனது உறுப்பை நான் அறுத்தெறியத்தான் வேண்டும். பசி மாதிரியான மற்றொரு ஆதாரமான விஷயத்தை அரசே கட்டுப்படுத்துவது கொடுமையிலும் கொடுமை.

நளினி ஜமீலா :

நான் உணவை விதவிதமாக ரசித்து அனுபவித்து உண்ணுகிற மாதிரி செக்ஸை அனுபவிக்க வேண்டும் என்று சொன்னேன். பெரிய பிரச்சினை ஆகிவிட்டது. உணவை ஹோட்டலில் போய் சாப்பிடலாம். அது மாதிரி செக்ஸை அனுபவிக்க முடியுமா என்று கேட்டார். நீங்கள் ரேப் பண்ணும்போது இது எதையாவது

யோசிக்கிறீங்களா என்று கேட்டேன். இப்போது நானும் நீங்களும் இந்த ரூமில் இருக்கோம்.

உங்களில் யாருக்காவது என் மேல் ஆசை வந்தால் நாம் செக்ஸ் வைத்துக் கொள்ளலாம். போலீஸ் ரெய்ட் வந்தால் அவர்களிடம் இருந்து தப்பிக்கும் வழி நமக்குத் தெரியும். அதிகாரத்தின் வழியறியும் முகவரி நம்மிடம் இருக்கிறது.

ஆனால் இது எதுவும் தெரியாத, முகவரி இல்லாத ஒருவன் பக்கத்து அறையில் இருந்தால் அவன் ரெய்டில் சிக்குவான் இல்லையா? இந்தப் பயம்தான் செக்ஸை சுதந்திரமான ஒரு விஷயமாக மாற்றாமல் வைத்திருக்கிறது. ஏனென்றால், போலீஸ் காரங்களுக்கு தெரியும், எங்கே அடிச்சா எங்கே வலிக்கும் என்று. அது தெரிந்து அடிப்பாங்க. ஒரு பிரபல எழுத்தாளர் என்னைச் சந்திக்க வேண்டும் என்றார். ஒரு ரூமில் நாங்கள் செக்ஸ் வைத்துக் கொண்டோம். ஆனால் பக்கத்து அறையில் வேறு சிலரைப் பிடித்துக் கொண்டு போனார்கள். எங்களை ஏன் பிடிக்கவில்லை என்றால் நானும் சரி, அந்த எழுத்தாளரும் சரி செக்ஸைப் பற்றி வெளிப்படையாக பேசுகிறோம் என்பதுதான் காரணம்.

சாரு நிவேதிதா :

உங்களுடைய எழுத்துக்களும் சரி, பேச்சும் சரி, சுதந்திரம் பற்றியே பேசுவதாக இருக்கிறது. ஏனென்றால், நான் ஒரு 21ஆம் நூற்றாண்டின் காரைக்கால் அம்மையாரின் கணவன் என்ற நிலையில் இருந்து கொண்டிருக்கிறேன். ஏனென்றால், என் மனைவியும் அப்படிப்பட்ட ஒரு ஆழ்நிலையில்தான் இருக்காங்க. அவங்க பூஜை பண்ணும் போது விபூதியாக கொட்டுகிறது.

ஆனால் எனக்கு செக்ஸ் தேவைப்படுது. கடந்த ஐந்து வருடமாக நான் செக்ஸ் இல்லாமல்தான் வாழ்ந்து கொண்டிருக்கிறேன். அப்படியே செக்ஸ் தேவை என்றால் பாங்காக்குக்கோ பிரான்ஸ்சுக்கோ தான் போக வேண்டும்! இதுவாவது பரவா யில்லை. என்னுடைய 60 வயது நண்பர் ஒருவர் தன் மனைவிக்கு முத்தம் கொடுத்திருக்கிறார். அதை அவருடைய மனைவியால்,

ஏற்றுக் கொள்ளவே முடியவில்லை. அப்பாவுக்குப் பைத்தியம் பிடித்து விட்டது என்பதுபோல் தன் பிள்ளைகளிடம் பேச ஆரம்பித்து விட்டார்களாம்.

நளினி ஜமீலா : தங்கள் பையனுக்கோ பெண்ணுக்கோ 18 வயது ஆகிவிட்டதென்றால், ஒரு உத்தமியான மனைவி தன் கணவனுடன் செக்ஸ் உறவே வைக்கக்கூடாது என்று நினைக்க ஆரம்பித்து விடுகிறாள். 17, 18 வயசில்தான் அவங்களுக்கு திருமணம் ஆகியிருக்கும். பிள்ளைகளுக்கு 18 வயது ஆகும்போது பெற்றோர்கள் நாற்பது வயதைக்கூட தாண்டியிருக்க மாட்டார்கள். கல்யாண வயசில் பையன் இருக்கிறான், நமக்கு எதற்கு உறவு என்று நினைக்கிறார்கள். ஆனால் நாற்பது வயதில்தான் ஒரு ஆணுக்கு பாலியல் உணர்வு அதிகரிக்கும். இதெல்லாம் தேவை யில்லாத பயங்கள்.

சாரு நிவேதிதா :

என் நண்பன் ஒருவனுக்கு இதே மாதிரி ஒரு பெண்ணுடைய உறவு கிடைத்தது. கணவன் மனைவிக்கு இடையில் பாலியல் போதாமை. அந்தப் பெண்ணுக்கு என் நண்பனுடன் லவ்வாகி விட்டது. அந்தப் பெண்மணிக்கு வயது ஐம்பதைத் தொடுது. அவருடைய பெண் சென்னையில் ஒரு கல்லூரி மாணவி. என் நண்பனுக்கும், அந்தப் பெண்மணிக்கும் உறவு தொடர்ந்து கொண்டிருந்தது. ஒரு நாள் உடலுறவு வைத்துக் கொள்வதற்கு முன்னால் நீரோத் யூஸ் பண்ணிக்கலாமா என்று கேட்டிருக்கிறான். அந்தப் பெண்மணி, "என்னை என்ன தேவுடியானு நினைச்சியா?" என்று கேட்டு அவனைத் துரத்தி விட்டார்களாம். அத்துடன் அந்த உறவே அவனுக்கு இல்லாமல் போய் விட்டது.

இதில் இரண்டு விஷயம். அந்தப் பெண்மணி இவனை ரொம்பவும் நேசிச்சிருக்காங்க; உண்மையாக பழகியிருக்காங்க. ஆனால் இவன் மனதில் ஏதோ சந்தேகம்; கணவனை மீறி இவள் வருகிறாள்; இப்படி எத்தனை பேரிடம் உறவு வைத்திருப்பாள் என்ற சந்தேகத்திலோ என்னவோ நீரோத் யூஸ் பண்ணிக்கலாமா என்று கேட்டிருக்கிறான். அந்தப் பெண்மணி அதை ஈகோ பிரச்சினையாக மட்டுமே பார்த்திருக்கிறார்கள். கான்டம்

பயன்படுத்துவது இரண்டு பேருக்குமே பாதுகாப்பு; எய்ட்ஸ் விழிப்புணர்வு பிரச்சாரத்தின் பிரதானமே கான்டம் யூஸ் பண்ண வேண்டும் என்பதுதான். அப்படியிருக்க, இவனுடைய அந்த ஒரு கேள்வி நமக்குள் பல கேள்விகளை எழுப்புகிறது. இல்லையா?

நளினி ஜமீலா :

இன்னைக்கு இந்தியாவில் ஹெச்.ஐ.வி. பாதிக்கப்பட்டோரில் செக்ஸ் ஒர்க்கர்கள்தான் குறைவாக இருக்கிறார்கள் என்பது ஒரு முக்கியமான விஷயம். ஒரு செக்ஸ் ஒர்க்கருக்கு 60 கஸ்டமர்கள் வந்தால் அவர்களில் 6 பேருடன் மட்டும் அவர்கள் கான்டம் யூஸ் பண்ண மாட்டாங்க.

காதலனிடம், கேர்டேக்கரிடம், அழகான க்ளையண்ட்டிடம். அதுபோல கொஞ்ச நாள் செக்ஸ் வேலையை நிறுத்திக் கொண்டு தற்காலிகமாக யார் கூடவாவது வாழ்வாங்க. அவங்க கூடவும், உங்களை மாதிரி நண்பர்களுடனும் கான்டம் போட மாட்டாங்க. இதுபோக மனசுக்குப் பிடிச்சவங்ககிட்டே போட மாட்டாங்க. இப்படி ஆறு விதமான ஆண்களிடம் அவங்க கான்டம் யூஸ் பண்ண மாட்டாங்க. சில பேர் கேட்பார்கள், எய்ட்ஸ் விழிப்புணர்வு வந்த பிறகு எல்லா செக்ஸ் ஒர்க்கர்களும் எல்லா நேரத்திலும் கான்டம் யூஸ் பண்றாங்க; அப்புறம் ஏன் அவங்களுக்கு குழந்தை பிறக்கிறது என்று. அது அவங்களோட விருப்பம். மனதுக்குப் பிடிச்சவங்களோட அவங்க குழந்தை பெத்துக்குறாங்க. ஆனால் எஸ்.டி.டி. மாதிரி சரி செய்யக்கூடிய தொற்று நோய்கள் இவங்களுக்கு வருகிறது. ஆனால் நாம் எத்தனை புத்தி சொல்லிக் கொடுத்தாலும் அவர்களுக்கு கான்டத்தின் முக்கியத்துவம் பற்றித் தெரியவில்லை.

நீங்கள் சொன்ன உங்களுடைய நண்பரின் விவகாரத்தில் பிழை உங்கள் நண்பர் மீதுதான் இருக்கிறது. முதலில் நார்மலாக உடலுறவு கொண்டு விட்டு பின்னர் திடீரென ஒரு நாள் கான்டம் வேண்டும் என்று சொல்லும்போது அது சந்தேகத்தின் பேரில் உருவாவதுதான். நான் என்னுடைய எல்லா கஸ்டமர்களுக்கும் கான்டம் கட்டாயம் பயன்படுத்தச் சொல்வேன். சில கஸ்டமர்கள் வருவார்கள். முதலில் கான்டம் போட மறுப்பார்கள். அடுத்து

பணம் கேட்பேன். எங்கிட்டே ஏன் பணம் வாங்குற என்று கேட்பார்கள். எனக்கு இது தொழில்; நான் செய்கிற வேலைக்குக் கூலி உண்டு. அதைத்தான் உன்னிடம் கேட்கிறேன் என்பேன். பலருக்கும் இப்படிப் பேசினால் டார்ச்சராகி விடுகிறது. இது சேவை கிடையாது; இப்போது சேவை செய்யும் நிலையில் நான் இல்லை. என்னுடைய குடும்பம், என்னுடைய பிரெண்ட்ஸ் என்று எல்லோருக்கும் உதவ பணம் தேவைப்படுகிறது. ஆனால் நான் நண்பர்கள் எனவும், அழகானவர்கள் எனவும் நம்பி யிருந்தவர்கள் என்னையே பாலியல் கேஸ் கொடுத்து ஸ்டேஷனில் பிடித்துக் கொடுத்த கதையும் உண்டு. கொஞ்ச வருடம் முன்னால் வரைக்கும் பாலியல் உறவு என்பதே இந்த உள்ளங்கைக்குள் அடங்கி விடும். இந்த இடத்தில் மட்டும் உறவு வைத்துவிட்டு எழுந்து போய் விடுவார்கள். உங்கள் நண்பர் விஷயத்திலும் அவரின் நினைப்பு இப்படி இருந்திருக்கக் கூடும்.

சாரு நிவேதிதா :

ரதி என்று ஒரு சொல் இருக்கிறது. அது பாலியல் கலையைக் குறிக்கும் சொல். அதைச் சமூகம் ஒரு கலையாக அங்கீகரிக்க வேண்டும் என்று நீங்கள் சொல்கிறீர்கள் என்று நினைக்கிறேன். இதுபற்றிப் பேச ஏதாவது இருக்கிறதா?

நளினி ஜமீலா :

நடனம் என்று சொல்கிறார்கள்; கதகளி, சாக்கியார் கூத்து, ஒட்டந்துள்ளல் என்று பல நடன வடிவங்கள் இருக்கு. நடன கோர்ட் என்று ஒரு நிகழ்ச்சி இருக்கிறது. அதில் நடுவராக வருகிற ஒருத்தர் ஒரு முறை பாடல் ஒன்று சொன்னார்.

> “இத்தனை நல்லொரு திருமுற்றத்து
> கருகப் புல்லு முளைக்காநுண்டோ
> கருகப் புல்லு முளைக்காதிருந்தால்
> கதையைப் போட்டு ஆட்டாதென்று
> ஞானதை சொல்லி நினைக்கும் முன்பே
> ஆடைகள் வந்து மூடிற்றுண்டு”

இது ஒரு கேரள நாட்டுப்புற பாடலில் உள்ள பாடல் வரிகள்.

திருமுற்றம் என்பது பெண்ணின் யோனி. கதை என்பது ஆண் குறி. இந்தப்பாடலைப் படித்தால் இதன் பொருள் உங்களுக்கே புரியும். கொச்சையான பாலியல் கதையாடல் நமது நாட்டுப்புற வடிவங்களில் நிறைய இருக்கிறது. இதுமாதிரிதான் பல விஷயங்களும்.

சில விஷயங்களை சீரியசாக பேசலாம். சில விஷயங்களை எள்ளலாகப் பேசலாம். காஞ்சிபுரத்தில் மேடை நாடகக் கலைஞர்கள் நிறைய பேர் இருக்கிறார்கள். “நாவல்ஸ்” என்கிற நாடக வடிவத்தை எல்லா கோவில் திருவிழாக்களிலும் நிகழ்த்துவார்கள். அப்போது மன்னன், “அவள் எனக்குச் செய்த துரோகத்தை நினைக்கும் போது எனக்கு நெஞ்சு துடிக்கிறது” என்பான். அந்த மன்னனுக்கு அல்லக்கை மாதிரி ஒருத்தன் இருப்பான். அவன் உடனே சொல்வான். “மன்னா உனக்கு நெஞ்சு துடிக்கிறது. எனக்கு...” என்று முடியும்போது மொத்தக் கூட்டமும் கைதட்டி ரசிக்கும். கிராமத்துப் பெண்களே இதை ரசிப்பாங்க. காமெடியாக என்ன வேண்டுமென்றாலும் பேசலாம். ஆனால் சீரியஸாக, தத்துவார்த்தமாக இதை எல்லாம் பேச முடியாது. சண்டை ஆகிவிடும். அதனால்தான் சொல்கிறேன்; கலைகளில் ரதிப் பெண்களின் கதை இருக்கிறது. அது பேசப்பட முடியாமல் இருக்கிறது. அதிலும் எழுத்தாளர் சலீம் கேச்சேரி, “ஒரு வேசியின் கதை”யில் பலவிதமான முலைகளைப் பற்றி எழுதியிருக்கிறார். அவர் எழுதும்போது பிரச்சினை வரவில்லை. ஆனால் நான் எழுதினால் பிரச்சினை ஆகிவிடும். “மைய்யழிக் கரையோரம்” நாவலை முகுந்தன் எழுதின போது அதில் மார்பகம் ஆடும்னு எழுதி இருக்கிறார். நான் மார்பகம் ஆடுமா ஆடாதா உறங்குமா உறங்காதா என்று எதுவும் எழுத மாட்டேன். அதைப்பற்றி எனக்குக் கவலை எதுவும் இல்லை.

ஆனால் பொதுவாக கலைகளில் செக்ஸ் இருக்கிறது; இலக்கியங்களில் இருக்கிறது. ஆனால் நான் என்னுடைய அனுபவத்தை எழுதினால் பிரச்சினை ஆகிறது. “சமூகம் அங்கீகரிக்க கூடிய பசு” என்றொரு நூல் எழுத வேண்டும் என்று எனக்கு ஆசை. எங்கோ புணர்ந்து எங்கோ குட்டிகளைப் பெற்றுப் போடும் பசுக்களைப் பற்றிய கதை அது. நாம் வீட்டில் வளர்க்கும்

மாடு காட்டில் போய் காட்டு மாட்டோடு புணர்ந்து குட்டி பெற்றுக் கொண்டால் அந்தப் பசுவுக்கு மரியாதை கிடையாது. அது போலத்தான் எங்களின் வாழ்க்கையும். அதனால்தான் பசுவை பிரதியின் ஹீரோவாக்கி எழுத நினைக்கிறேன்.

சாரு நிவேதிதா :

உழைப்பிலேயே கடினமான உழைப்பாக இருப்பது செக்ஸ் வேலைதான். நான் ஏற்கனவே சொன்னமாதிரி குளிர் நாடுகளில் கூட செக்ஸ் பணியாளர்கள் சுயமரியாதை இல்லாத சூழலில்தான் வாழ நேரிடுகிறது. இந்தியாவில் தமிழகத்தைப் பொறுத்தவரையில் அவர்களுக்கு வேறு சாய்ஸ் இல்லாமல் இருக்கிறது. இந்த வேலை வேண்டாம் என்றால் மாற்று வேலையாக எதைத் தேடிக் கொள்ள முடியும்? பாலியல் தொழிலாளர்கள் தொடர்ந்து துரத்தப்பட்டுக் கொண்டே இருக்கிறார்கள். அவர்களின் மீது சமூகத்தின் வன்முறை நிகழ்ந்த வண்ணமே இருக்கிறது. அதே சமயம் பாலியல் தொழில் இல்லாமல் போனால் இந்தச் சமூகம் இன்னும் வன்முறையான சமூகமாக மாறிவிடுமோ என்றுகூட யோசிக்க வேண்டியிருக்கிறது. குடும்பம் என்ற நிறுவனம் பாலியல் தேவைகளை பாரபட்சமான முறையில் அணுகுகிறது. பெண்ணின் உணர்வுகளுக்கு அங்கு இடமே இருப்பதில்லை. பாலியல் தொழிலும் வேண்டும்; அதேசமயம் பாலியல் தொழிலாளர்கள் சுயமரியாதையோடும் வாழ வேண்டும். அல்லது, இதற்கு மாற்றாக ஒரு சிஸ்டத்தை உருவாக்க வேண்டும் என்று நினைக்கிறேன். நீங்கள் என்ன நினைக்கிறீர்கள்?

நளினி ஜமீலா :

செக்ஸ் இன்டஸ்ட்ரி தேவையா இல்லையா என்பதை நான் முடிவு பண்ணக்கூடாது. ஆணுக்கும் பெண்ணுக்கும் எப்போது தனித்தனியான வேலிகளைப் போட்டுப் பிரித்தார்களோ, அன்றே ஆண் பெண் பிரிவினை தொடங்கி விட்டது. அதற்கு முன்னால் யோசித்தால், பெண்வழித் தலைமை தீர்ந்து ஆண் வழித் தலைமையாக மாற்றம் பெற்றதும், சொத்துரிமை மற்றும் வாரிசு உரிமைகள் ஆண் சார்ந்த விஷயமாக மாறியதும்தான் இந்தப் பாலியல் பிரச்சினைகளுக்குக் காரணம் என நான்

நினைக்கிறேன். அவசியத்துக்கும் மேல் எல்லா இடங்களிலும் பாலியல் தொழிலாளிகள் இருக்கிறார்கள் என்றுதான் சொல்லுவேன். மனைவியிடம் போதாமை காரணமாக கணவன் வெளியில் செல்லத் தீர்மானிக்கும் போது, அப்படி ஒரு சென்டர் தேவைதான் என்பது என் கருத்து. கணவன்மார்களுக்காகவும், பாலியல் பிச்சைக்காரர்களுக்காகவும் அப்படி ஒரு பாலியல் தொழிற்சாலையை உருவாக்கலாம். ஆனால் பெண்ணின் விருப்பத்தையும் ஆசையையும் எப்படித் தீர்ப்பது? ஆண் விபச்சாரம் என்ற ஒன்று நமது நாட்டில் இல்லையே? நியாயமாக யோசித்தால் பெண் பாலியல் தொழிலை நாம் அங்கீகரித்தால் ஆண் பாலியல் தொழிலையும் அங்கீகரிக்கத் தான் வேண்டும். தேவைக்கு அதிகமாகத்தான் இங்கே பாலியல் தொழிலாளிகள் பரந்து விரிந்திருக்கிறார்கள். ஆனால், தேவை ஏற்படும்போது பாலியல் தொழிலாளியை ஒரு ஆணால் நெருங்க முடிகிறதா? அதனால் பரந்து விரிந்த பாலியல் தொழில் தேவை இல்லை என்பதுதான் என் கருத்து.

கேரளாவில் சில எழுத்தாளர்கள், சிந்தனையாளர்கள் பாலியல் தொழில் பற்றிச் சொல்லும் போது, “பிரணயம், அதாவது ஜீவன் இல்லாத, உயிர் இல்லாத செக்ஸைத்தான் பாலியல் தொழிலாளிகள் கொடுக்க முடியும்” என்றார்கள். தினம் தினம் பிரணயம் கொடுப்பதற்கு எங்கே போவது? ஒரு நாளைக்குப் பதினைந்து பேருக்குக் கொடுக்க பிரணயத்துக்கு எங்கே போவது? ரப்பர் மரத்தில் ஒரு நாளைக்கு ஒரு தடவைத்தான் பால் எடுக்க முடியும். ஒரு நாளைக்குப் பத்து தடவை பால் எடுத்தால் அதில் பால் வருமா? அது ரப்பர் மரத்தின் தவறில்லை. மனிதனுடைய தவறு. அதனால் இயல்பாக என்ன கொடுக்க முடியுமோ, அதைத்தான் அது கொடுக்கும். நான் சொல்ல விரும்புவது என்னவென்றால், பலாத்காரமாக செக்ஸ் பண்ண வேண்டும் என்றுதான் ஆண்கள் நினைக்கிறாங்க. செக்ஸ் இயல்பானது, எளிமையானது, கலையானது என்று சின்ன வயதிலிருந்தே பாடத்தில் படிக்க நேர்ந்தால் பெண் மீதான வன்முறைகள் குறையும். ஒரு பக்கம், கல்வி ரீதியாக இளைய சமூகத்திடம் விழிப்புணர்வை ஏற்படுத்த வேண்டும். இன்னொரு பக்கம், அதன் தேவை கருதி சில இடங்களில் அங்கீகரிக்கப்பட்ட

பாலியல் விடுதிகளைத் திறக்க வேண்டும். குஷ்பு கற்பு பற்றி பேசினால் ஏன் பிரச்சினையாகிறது என்றால், கற்பு மற்றும் பாலியல் தொடர்பான விவாதங்கள் இங்கே நடப்பதில்லை. அதனால் தான் அவர் அப்படிச் சொல்லும் போது கலாச்சார அதிர்ச்சியை ஏற்படுத்துகிறது.

சாரு நிவேதிதா :

ஐரோப்பிய நாடுகளில் நிறைய செக்ஸ் கிளப்புகள் இருக்கு. பாலியல் பொருட்களை விற்பனை செய்யும் அங்காடிகள் இருக்கு. நம்மூரில் மெடிக்கல் ஷாப் இருப்பதைப் போல சகஜமாக இருக்கிறது. பெண்களுக்குத் தேவையான டில்டோ (ரப்பர் ஆண் குறி) கிடைக்கிறது. பெ.கருணாகரமூர்த்தி பெர்லினில் வாழும் ஒரு புலம் பெயர்ந்த எழுத்தாளர். கார் டிரைவராக வேலை செய்கிறார். அவர் எழுதிய 'பெர்லின் இரவுகள்' என்ற புத்தகத்தில் சுவாரசியமான சம்பவம் ஒன்றை விவரிக்கிறார்.

அவரது காரில் சென்ற கஸ்டமர் ஒருவர் ஒரு போக்குவரத்து சிக்னலில் வாகனங்கள் நிற்கும்போது, பக்கத்து காரில் அமர்ந்திருந்த பெண்ணிடம் பாலியல் சமிக்ஞை ஒன்றைக் காண்பிக்கிறார். பதிலுக்கு அந்தப் பெண் நக்கலாக "என்னிடம் டில்டோ இருக்கிறது; நீ தேவையில்லை" என்பதாக சைகையிலேயே சொல்லி, டில்டோவை எடுத்துக் காண்பித்திருக்கிறாள். ஒரு ஆண் இல்லாவிட்டாலும் இன்று ஐரோப்பிய பெண்களுக்கு டில்டோ இருக்கிறது. அது இயற்கையானதா, செயற்கையானதா என்பது வேறு விஷயம். ஆனால் அங்கே ஒரு ஆல்டர்நேட் இருக்கிறது.

கருணாகரமூர்த்தி விவரிக்கும் மற்றொரு சம்பவம்:

ஒரு ரஷ்யப் பெண் அவரது ரெகுலர் கஸ்டமர். ஒவ்வொரு முறையும் அவள் ஒவ்வொரு இடத்துக்குச் செல்வதைப் பார்த்து 'அவள் ஒரு செக்ஸ் ஒர்க்கர்' என்பதைப் புரிந்து கொண்ட கருணாகரமூர்த்தி, ஒரு நாள் அந்தப் பெண்ணிடம் "எய்ட்ஸ் பற்றியெல்லாம் பயம் இல்லையா?" என்று கேட்டாராம். மறு நாளிலிருந்து அந்தப் பெண் இவரிடம் கார் எடுப்பதை விட்டு

விட்டு வேறு ஒரு காரில் ஏறி சென்று விட்டாளாம். இதை எதற்காகச் சொல்கிறேன் என்றால், ஐரோப்பாவில் இருப்பது போல் போலீசாலும், கலாச்சாரக் காவலர்களாலும் துரத்தப்படாத பாதுகாப்பான ஒரு வாழ்க்கையை இந்தியாவில் வாழும் பாலியல் தொழிலாளிகளும் கோருகிறார்கள்.

இங்கே பாலியல் தொழிலாளிகளுக்கு மட்டுமல்ல; சாதாரண குடும்பப் பெண்களுக்கும்கூட எந்தவிதப் பாதுகாப்பும் இல்லை. அவர்களால் ஒரு பேருந்துப் பயணம் கூட செய்ய முடியாத நிலை நிலவுகிறது. பஸ்ஸில் பயணம் செய்யும் ஆண்களில் பலர் தங்களுடைய அடக்கப்பட்ட காமவெறியை எப்படித் தீர்த்துக் கொள்வதென்று தெரியாமல் சக பெண் பயணிகளின் மீது பாலியல் அத்துமீறலைக் கட்டவிழ்த்து விடுகிறார்கள். ஒவ்வொரு பேருந்திலும் அலுவலக அவசர நேரங்களில் பல பெண்கள் பாலியல் தொல்லைகளுக்கு ஆளாகிறார்கள். அவர்கள் வெட்கம் கருதி இந்த விஷயங்களை வெளியில் சொல்வதில்லை. இதில் சில பெண்களுக்கு உடல் ரீதியான காயங்களும் ஏற்படுகிறது. இந்தப் பெண்கள் வீட்டில் சொன்னால் அங்கு அந்தப் பெண்களையே சந்தேகப்படுவார்கள். நண்பர்களிடம் சொல்லவும் வாய்ப்பில்லை. மனதுக்குள்ளேயே வைத்து புழுங்கிக்கொண்டிருக்க வேண்டியதுதான். உடனே நான் ஆண்கள் எல்லாம் பைத்தியக்காரர்கள் என்றும் பார்க்க மாட்டேன். அவர்கள் தங்களுடைய தீர்க்கப்படாத பாலியல் வேட்கைக்கு வடிகால் கிடைக்காமல் அலைகிறார்கள். ஐரோப்பாவில் ஏன் இதெல்லாம் இல்லை என்று கேட்டால் அங்கு செக்ஸுக்கு வடிகால் இருக்கிறது. இங்கே அதை நாம் இன்னும் பேசவே ஆரம்பிக்கவில்லை. யாராவது கொஞ்சம் பேசுகிறவர்களைக்கூட கலாச்சாரக் கேடர்களாக சித்தரிக்கிறார்கள். இதுபற்றி நாம் பேசியாக வேண்டும். ஏன் இந்த நிலை ஐரோப்பாவில் இல்லை? க்யூபாவில் இல்லை? ஏனென்றால் அங்கெல்லாம் இதற்கு வடிகால் இருக்கிறது. க்யூபாவில் பல இடங்களில் லவ் ஹோட்டல் என்ற ஒன்று இருக்கிறது. அங்கே ஒரு ஆணும் பெண்ணும் தங்கி, தங்களுடைய பாலியல் தேவையைப் பூர்த்தி செய்து கொள்ளலாம். அங்கே அந்தச் சுதந்திரம் இருக்கிறது.

நளினி ஜமீலா :

நீங்கள் சொன்னது மாதிரியான ஹோட்டல்கள் இங்கேயும் உருவாக்கப்பட வேண்டும். இப்போது அறிவிக்கப்படாத லவ் ஹோட்டல் இருக்கிறது. ஆனால் அங்கு எளிய மனிதர்கள் நுழைய முடியாது. எல்லா தரப்பு ஆட்களும் பாதுகாப்பாகக் கூடிக்களிக்கும் ஒரு பொது இடத்தை உருவாக்க வேண்டும். அதற்கு முன்னால் பெண் பற்றியும், பாலியல் பற்றியும் எல்லா மனிதர்களுக்கும் கற்றுக் கொடுக்க வேண்டும். பெண்ணுக்கான பாலியல் தேவைகளையும் பூர்த்தி செய்கிற ஒரு எளிய மையம் உருவாக்கப்பட வேண்டும். ஏனென்றால், ஆணுக்கான தேவைகளைப் பற்றி மட்டுமே நாம் பேசியிருக்கிறோம். ஆணுக்கான பாலியல் சிக்கலைப் பற்றி மட்டுமே நாம் விவாதிக்கிறோம். பெண்ணுக்கான பாலியல் களம் ஒன்றை விருப்பு வெறுப்பின்றி உருவாக்கியாக வேண்டும்.

பாலியல் தொழிலாளர்களுக்கான ஒரு தொழில் மையத்தை உருவாக்க வேண்டும் என்று நான் சொன்னால் அது உங்களுக்கு அதிர்ச்சியையோ கோபத்தையோ உண்டாக்கலாம். "இந்தச் சமூகம் கெட்டுச் சீரழிந்து போனது போதாதா? இன்னும் இருக்கிற கொஞ்ச நஞ்சம் விஷயங்களும் சீரழிஞ்சு போகணுமா?" என்று பொதுப்புத்தி கேட்பது புரிகிறது. ஆனால் நீங்கள் சமூகத்தின் இடுக்குகளில் சிதையும் பெண்ணின் வாழ்க்கையைப் பற்றிக் கவலைப்படத் தவறுகிறீர்கள் என்று நான் சொல்கிறேன். நான் சொல்வது ஏற்றுக்கொள்ளப்பட முடியாததாக இருந்தால் பரிசோதனைக்காக ஒரு வருடத்துக்கு செய்து பார்க்கலாம்.

கேரளாவில் கள்ளச் சாராயம் அதிகம் கிடையாது. தமிழகம் மாதிரி கள்ளச்சாராயம் குடித்து கொத்துக் கொத்தாக அங்கே யாரும் சாவதில்லை. ஏன் தெரியுமா? அங்கு இருபது ரூபாய்க்கு நல்ல போதையைத் தரக்கூடிய கள் கிடைக்கும். உடம்புக்கு பாதகம் இல்லை. ஆனால் தமிழகத்தில் மதுக்கொள்கை தனியார் முதலாளிகளைச் சார்ந்திருக்கிறது. தமிழகத்திலும் கள்ளச்சாராயம் ஒழிந்த காலம் ஒன்று இருந்தது. அது பாக்கெட் சாராயம் விற்பனையான காலத்தில். கையில் இருபது ரூபாய் இருந்தால்

சில பாக்கெட்டுகளை வாங்கிக் குடித்து விட்டு செல்வார்கள். அப்போது கள்ளச்சாராயம் இல்லாமல் இருந்தது. இப்போது டாஸ்மாக் இருக்கிறது. கொஞ்சம் பரவாயில்லை. ஆனால் கள்ளச்சாராயத்தை முழுமையாக ஒழிக்க முடியவில்லை. எதையும் ஒளிவுமறைவாக செய்தால் ஆபத்துதான்.

அது மாதிரிதான் செக்ஸுக்கும் ஒரு ஓப்பன் சென்டர் வேண்டும் என்று நான் சொல்கிறேன். அங்கு டாக்டர்ஸ் அமர்ந்து பேச ஒரு குட்டிப் பூங்கா, மசாஜ் கிளப் எல்லாம் இருக்க வேண்டும். அங்கு மசாஜுக்கு வரும் ஒருவர் உடலுறவு தேவை எனக்கருதினால் அதுவும் அவருக்கு கிடைக்கும்படி செய்யவேண்டும். மற்றபடி நீங்கள் பேருந்தில் அநாகரீகமாக நடந்து கொள்ளும் பேர்வழிகளைப் பற்றிச் சொல்கிறீர்கள். என்னைப் பொறுத்தவரையில் அம்மாதிரி ஆட்களால் பெண்களிடம் உடலுறவு கொள்ள முடியாது என்று நினைக்கிறேன். நான் சொல்லும் மையத்தைத் திட்டமிட்டு அமைக்கணும். அப்படி அமைத்தால் நீங்கள் மெரீனா பீச்சில் இருந்து காதலர்களையோ, கள்ளக்காதலர்களையோ விரட்டியடிக்கும் தேவை இருக்காது. காதலை கள்ளக்காதல் என்றும், நல்லக் காதல் என்றும் பிரித்துப் பார்க்க வேண்டிய அவசியம் இருக்காது.

அப்புறம் இன்னொரு விஷயத்தை நான் தெளிவாகக் குறிப்பிட விரும்புகிறேன். பெண்ணியம் என்ற பெயரில் சுதந்திரம் பேசுவதை என்னால் முழுமையாக ஏற்றுக் கொள்ள முடியவில்லை. என்றைக்கு ஆண் தலைமை வீழ்கிறதோ அன்றுதான் பெண் தன் கட்டுக்களை அவிழ்ப்பாள் என்பதில் எனக்கு உடன்பாடு இருந்தாலும், இன்றைய உறவுகளை நான் மீற முடியாதவளாக இருக்கிறேன். நான் கோருவதெல்லாம் சுதந்திரம் இல்லை; சமத்துவம். நீயும் நானும் சரி நிகரான மனிதர்கள்; பாலியலிலும் சரி, குடும்பத்திலும் சரி, சமூகத்தில் ஆணும் பெண்ணும் சமமான பங்கு வகிக்க வேண்டும் என்பதுதான் எனது கோரிக்கையாக இருக்கிறது.

சாரு நிவேதிதா :

சரியாகச் சொன்னீர்கள் ஜமீலா. சமத்துவம்தான் சுதந்திரம்

என்றால், ஆண்களுக்கும் இன்று குடும்பம் என்பது நெருக்கடியான ஒரு சிஸ்டமாகத்தான் இருக்கிறது. அதனால் சமத்துவம் என்பதை நான் ஆதரிக்கிறேன். உனக்கு என்னைக் கட்டியணைக்க எவ்வளவு சுதந்திரம் இருக்கிறதோ, அதே சுதந்திரத்தைக் கோரி நிற்பது. மனைவியை கணவன் அடிப்பதோடு கூட இதைப் பொருத்திப் பார்க்கலாம். நீ என்னை இரண்டு அடி அடித்தால் நான் உன்னை இரண்டு அடி அடிப்பேன் என்கிற உத்திரவாதத்தை வழங்குவது. ஆனால் இந்த உறவுகளில் ஏன் அடிதடி இருக்க வேண்டும்?

நீங்கள் லவ் ஹோட்டல்ஸ் என்று சொன்னவுடன் எனக்கு ஒரு விஷயம் நினைவுக்கு வருகிறது. ஒரு முறை ஷோபா சக்தி பாரீஸில் இருந்து சென்னை வந்திருந்தார். அவரும் நானும் ஒரு ஐந்து நட்சத்திர ஹோட்டலுக்கு போனோம். கந்தசாமியை அங்கு வரச் சொல்லியிருந்தோம். கந்தசாமி பார்ப்பதற்குக் கரடு முரடாக இருப்பார். காலில் ரப்பர் செப்பல் போட்டிருப்பார். ஒரு ஏழை எழுத்தாளன், இந்த ஊரில் எப்படி இருக்க முடியுமோ அப்படி இருப்பார் என்று வைத்துக் கொள்ளுங்கள். கந்தசாமியை ஹோட்டல் நிர்வாகம் உள்ளே அனுமதிக்க மறுத்து விட்டது. அவர் வெளியில் இருந்து அழைத்து இந்தத் தகவலை எங்களுக்கு சொன்னார். அப்போது எங்களுடன் மது அருந்திக் கொண்டிருந்த ஷோபா சக்தியின் தோழி - அவர் ஒரு ஃப்ரெஞ்சுப் பெண் - வெளியே வந்து கந்தசாமியை உள்ளே அழைத்துக்கொண்டு வந்தார். வெள்ளைத் தோலைக் கண்டதும் சல்யூட் அடித்து உள்ளே விட்டார்கள் பாதுகாவலர்கள்.

ஆனால் பாருக்குள் சென்று அமர்ந்ததும், அதுவரை எங்களுக்குப் பணிவிடை செய்து கொண்டிருந்த ஊழியர்கள் "இனிமேல் பரிமாற முடியாது; வேண்டுமானால் நீங்கள் லவுஞ்சில் அமர்ந்து கொண்டால் பரிமாறுகிறோம்" என்று சொல்லி விட்டார்கள். 'பச்சையான இனவாதம்' என்று கத்தியபடி ஓட்டலை விட்டு வெளியே வந்து விட்டார் அந்த ஃப்ரெஞ்சுப் பெண். நான் இதை ஏன் சொல்கிறேன் என்றால் இனவெறி இங்கும் இருக்கிறது. பெண்கள் மீதான வன்முறை, சாதி ஒடுக்குமுறை என்பதோடு இனவெறியும் இங்கு சேர்ந்து இருக்கிறது.

நளினி ஜமீலா :

பெண்ணை ஏன் அடிக்கவேண்டும் என்று கேட்டீர்கள். மாலத்தீவில் சட்டம் இருக்கிறது, பெண்ணை கைநீட்டி அடித்தால் அங்கு கடும் தண்டனை உண்டு.

சாரு நிவேதிதா :

மாலத்தீவில் மட்டுமல்ல; ஐரோப்பிய நாடுகளில் மனைவி உட்பட குழந்தைகளைக் கூட அடிக்க முடியாது. புலம்பெயர்ந்து ஐரோப்பாவுக்குப் போன ஈழத்தமிழர்களுக்கு இது இன்னும் சிக்கலாகவே இருக்கிறது. ஏனென்றால், நமது ஆசிய வாழ்க்கையில் மனைவியையும் குழந்தைகளையும் அடிப்பது என்பதே நடை முறை. பக்கத்து வீட்டுக்காரர்கள் கூட கேட்க முடியாது. ஆனால் ஐரோப்பாவில் மனைவியை அடித்தாலும் சரி, குழந்தையை அடித்தாலும் சரி, யாராவது போலீஸுக்கு தொலைபேசியில் தகவல் சொன்னால் முதல் தடவை வந்து எச்சரித்து விட்டுச் செல்வார்கள். இரண்டாவது தடவையும் அம்மாதிரி சம்பவம் நடந்தால் அவ்வளவுதான். குழந்தையை அரசாங்கம் எடுத்துக் கொள்ளும். பெற்றோர் கட்டாய குடும்பச் சேவை மையத்தில் பயிற்சிக்கு அனுப்பப்படுவார்கள். அந்தப் பயிற்சி முடிந்து குழந்தையை மீண்டும் அழைத்துச் செல்லலாம். இப்படி இருக்கிறது அங்கே!

நளினி ஜமீலா :

கேரளாவில் இரு கருத்தரங்குகள் நடந்தது. குடும்பம், பெண்கள், வன்முறை என்கிற தலைப்புகளில் பேசப்பட்ட அந்த அரங்கில் முன்னாள் நக்சல் போராளியான அஜிதா "கணவன்மார்கள் தங்களின் மனைவிமார்களை அடிக்கக்கூடாது" என்றார். உடனே அந்தக் கூட்டத்திற்கு வந்திருந்த அஜிதாவின் மகள் கார்க்கி எழுந்து "தாய்மார்கள் தங்கள் பிள்ளைகளை அடிக்கக்கூடாது" என்றார். எனக்கு இதிலிருந்து என்ன படுகிறதென்றால் யார் பாதிக்கப்படுகிறார்களோ அவர்களின் தரப்பிலிருந்துதான் நாம் சில பொது முடிவுகளுக்கு வர வேண்டும். அஜிதாவுக்கு ஆண்கள் பெண்களை அடிப்பது பிரச்சினையாக இருக்கிறது.

இது அஜிதாவுக்கு மட்டுமான பிரச்சினை என்று நான் நினைக்கவில்லை. அஜிதாவின் மகளுக்கு பெற்றோர் பிள்ளைகளை அடிப்பது பிரச்சினையாக இருக்கிறது. என்னுடைய கருத்து, கணவன் மனைவியை அடித்தாலும் சரி, பெற்றோர் பிள்ளைகளை அடித்தாலும் சரி, எதுக்காக அடிக்க வேண்டும் என்பதுதான். எந்தக் காரணத்திற்காகவும் யாரும் யாரையும் அடிக்கக்கூடாது.

சாரு நிவேதிதா :

குடும்ப வன்முறையில் அதிகமாக ஈடுபடுவது மாமியாராகத்தான் இருக்கிறார்கள். தகவல் தொழில் நுட்பம் வந்து புதிய தலைமுறை உருவாகி வந்த பிறகும் இந்த இளையவர்கள் கூட பெற்றோர் சொல் மீறாதவர்களாகவே இருக்கிறார்கள். சாதி பார்ப்பதும் குடும்பப் பாங்கு பார்ப்பதும் இப்போது மேலும் அதிகரித்திருக்கிறதோ என்று நினைக்கத் தோன்றுகிறது.

இந்த ஜெனரேஷன் அளவுக்கு உஷார் பேர்வழிகளை நான் இதற்கு முன்னால் பார்த்ததே இல்லை. ஆனால் பெண்களைத் தொட்டுப் பேசுவதில் அவர்களுக்கு செக்ஸுவல் டிசையர் எதுவும் இல்லை. ரொம்ப கேஷுவலாக இருக்கிறார்கள். அமெரிக்க மாடல் வாழ்க்கை. தலைமுடியை Straightening செய்து கொள்ள 3,000 ரூபாயும், பிரெய்டிங் செய்து கொள்ள 7,000 ரூபாயும் செலவு செய்கிறார்கள். ஒரு விதமாக செக்ஸ் என்கிற விஷயத்தைக் கடந்து விட்டார்களோ என்று கூட நினைக்கத் தோன்றுகிறது. இவர்களும் பாலியல் தொடர்பான விஷயங்களை கொஞ்சம் ஒத்தி வைத்திருக்கிறார்கள். அன்றன்றைய பொருளாதாரத் தேவைகளை மட்டுமே கருத்தில் எடுத்துக் கொண்டு முப்பது வயது வரை வாழ்கிறார்கள்.

அதன் காரணமாக ஆண் கன்னித்தன்மை அதிகமாகி யிருக்கிறது. ஒரு நாளைக்கு 18 மணிநேரம் உழைக்கிறார்கள். அலுவலகத்திலேயே அவங்களுக்கு சின்னதாக ஒரு ரெஸ்ட் ரூம் இருக்கிறது. அங்கேயே தூங்கிவிட்டு மீண்டும் வேலையை தொடர்கிற இந்தத் தகவல் தொழில் நுட்பத் தலைமுறைக்கு பாலியல் என்பது ஒரு பிரச்சினையே இல்லை என்பது மாதிரி ஆகிவிட்டது.

இன்னொரு பக்கம் கன்னட பிரசாத் மாதிரியான ஆட்களை கிரிமினல் மாதிரி சித்தரிப்பது மிகவும் தவறு என்று நினைக்கிறேன். அவர்கள் பாலியல் தொழிலுக்குத் தரகு வேலை பார்க்கிறார்கள். அவர்கள் செய்வது சமூகத் தொண்டு என்பது எனது கருத்து.

கன்னட பிரசாத் மட்டுமல்ல; பாலியல் தொழிலில் இருக்கும் பிம்ப்கள் என்றழைக்கப்படும் புரோக்கர்ஸ் கூட செய்வது சேவை என்றுதான் நான் நினைக்கிறேன். ஏனென்றால் ஒருவனுக்கு பாலியல் தேவை இருக்கிறது என்றால் அவனுக்கு என்ன செய்ய வேண்டும், எப்படிப் போக வேண்டும், என்ன மாதிரி தன் விருப்பத்துக்கு ஏற்ப தேர்வுகளைச் செய்ய வேண்டும் என்றுகூட தெரிவதில்லை. அந்தமாதிரி ஆட்களுக்கு இந்த புரோக்கர்களின் சேவை தேவையாக இருக்கிறது. நீங்கள் இதை வெளிப்படையாக விவாதித்தால் பாலியல் தொடர்பான குற்றங்கள் குறைந்து விடும் என்றுதான் நினைக்கிறேன்.

நளினி ஜமீலா :

நீங்கள் கன்னட பிரசாத் மாதிரியான ஆட்கள் சமூகத்துக்கு சேவை செய்வதாக சொல்வதை என்னால் ஏற்றுக் கொள்ள முடியாது. ஒரு பாலியல் தொழிலாளிக்கு ஒன்றோ இரண்டோ பிம்ப் இருக்காங்க. அவன் என்ன செய்கிறான்? கஸ்டமர்களிடம் இருந்து மூவாயிரம் ரூபாய் வாங்குகிறான். பாலியல் தொழில் செய்யும் பெண்ணிடம் முந்நூறு ரூபாய் கொடுத்து விட்டு மீதியை இவன் எடுத்துக் கொள்கிறான்.

ரோஸினு ஒருத்தங்கதான் என்னை இந்தத் தொழிலுக்குக் கொண்டு வந்தாங்க. எனக்கும் புரோக்கர் வெச்சிருந்தேன். அவங்களுக்கு பணம் கொடுப்பதுகூட எனக்குப் பிரச்சினை இல்லை. ஆனால் அவர்களுக்குக் கிடைக்கும் பணத்துக்காக எனக்குப் பிடிக்காத ஆட்களை கொண்டு வந்து விடுவாங்க. அது மட்டுமல்ல; புரோக்கர் வாங்கும் கமிஷனுக்கும் சேர்த்து நாம் வேலை செய்ய வேண்டியிருக்கிறது. பாலியல் தொழிலில் நடக்கும் மிக மோசமான சுரண்டல்தான் இந்த புரோக்கர் சிஸ்டம். நாம் சில நூறு ரூபாய்க்காக ரத்தத்தை விற்கிறோம். ஆனால் இவன் நம்மைக் காட்டி சில ஆயிரம் ரூபாய்களை

வாங்கிக் கொண்டு போய் விடுகிறான்.

இதில் இதுவரை பேசப்படாத அதிர்ச்சிகரமான சம்பவம் ஒன்று இருக்கிறது. கேரளாவிலும் சரி, தமிழகத்திலும் சரி, பேருந்து நிலையங்களை ஒட்டி பாலியல் தொழில் நடப்பது ரொம்ப சகஜமான விஷயம். இந்த புரோக்கர்கள் எங்களை பஸ் ஸ்டாண்டில் பார்த்து, "என்ன நளினியக்கா, ஒரு கஸ்டமர் இருக்கார். நல்ல பசை உள்ள ஆளு. வர்றியா?" என்று கேட்பான். "இல்லப்பா, இன்னைக்கு வேண்டாம். வேறு வேலை இருக்கு. இன்னொரு நாள் பார்க்கலாம்" என்றால் சரி என்று போய் விடுவான். போகிறவன் பேருந்து நிலையத்தை சுற்றிப் பார்ப்பான். அங்கு வேலைக்கோ, கல்லூரிக்கோ, பள்ளிக்கோ செல்வதற்காக நிற்கும் பெண் பிள்ளைகள் ஏதாவது கண்ணை உறுத்தினால் அதன் பக்கத்தில் போய் மெல்ல பேச்சுக் கொடுப்பான். முதலில் "மணி என்ன?" என்று கேட்பான். அது வாட்ச்சைப் பார்த்து மணி சொல்லும். "நீ இந்த ஆளுக்கு மகள்தானே" என்று கேட்பான். "இல்லை... நான் அவருடைய மகளாக்கும்" என்று சொல்லும் அந்தப் பெண். "ஓ அப்படியா? சரி, படிப்புக்கு என்ன செலவாகிறது?" என்று கேட்பான். அந்தக் குழந்தை செலவாகிற தொகையைச் சொல்லும்.

எல்லாவற்றையும் கேட்டு விட்டு, பாலியல் தேவைக்காக கன்னிப்பெண் கேட்கும் ஒருவனிடம் போய் இப்படி அந்தச் சிறுமியை சொல்வான். "ராமநாதன் மகள் இரண்டாயிரம் கொடுத்தால் வருகிறேன் என்கிறாள். இப்போது அட்வான்ஸ் ஆயிரம் கொடு. நேரடியாக அந்தப் பெண் வரும்போது ஆயிரம் கொடு" எனச் சொல்லி காசை வாங்கிக் கொண்டு போய் விடுவான். அந்த கஸ்டமர் புரோக்கரைத் தேடி அலையமாட்டான். அந்தப் பெண்ணைத் தேடி அலைவான். இந்தச் சம்பவத்தில் அந்தப் பெண் என்ன பாவம் செய்தாள்? அவள் வீட்டுக்குப் போய், "அம்மா, எவனோ ஒருவன் என்னை இன்னொருவனுக்கு பேரம் பேசியிருக்கிறான்" என்று சொல்ல முடியுமா? அல்லது அப்பாவிடம்தான் சொல்ல முடியுமா? எங்கே சொல்வாள்? பல அப்பாவிக் குழந்தைகள் இந்த மாதிரி புரோக்கர் நாய்களால்தான் சீரழிக்கப்பட்டிருக்கிறார்கள். இந்தத்

தொழிலில் புரோக்கர்களை ஒழித்துக் கட்ட வேண்டும். கன்னட பிரசாத் மாதிரி ஆட்கள் சேவை செய்வது யாருக்காக? இந்த சமூகத்தின் ராஜாமார்களுக்கும் சீமான்களுக்கும்தானே? ஆனால் நெடுஞ்சாலை ஓரம் இரவு முழுக்க மழையிலும் பனியிலும் ஒரு கஸ்டமருக்காகக் காத்திருக்கிறாளே ஒரு பாலியல் தொழிலாளி, அவளை எந்தச் சீமான் விரும்புவான்? அவளது சீமான்களெல்லாம் லாரி ஓட்டுகிறவர்களும், இரவு நேரப் பயணிகளும்தான். தமிழ் நாட்டில் கூட புரோக்கர்களால் பல கொடுமைகள் நடந்திருக்கிறது. பல இளம்பெண்கள் கடத்திச் செல்லப்பட்டு பாலியல் வன்முறைக்குள்ளாகி பின்னர் பாலியல் தொழில் கூடங்களில் விற்கப்பட்டிருக்கிறார்கள்.

சாரு நிவேதிதா :

சமீபத்தில் ஒரு செய்தி படித்தேன்.

இருபது வயது குட்டிப்பெண் தனது இரண்டு தங்கைகளையும் தம்பியையும் வீட்டில் தண்ணீர் சேமிக்கிற தொட்டிக்குள் அழுத்திக் கொன்று விட்டு தன் சித்தியையும் அம்மிக் கல்லைப் போட்டு கொன்று விடுகிறாள். என்ன காரணம் என்று பார்த்தால், அம்மா சின்ன வயதிலேயே இறந்து விடுகிறார். இந்தப் பெண் சித்தியால் வளர்க்கப்படுகிறாள். அவளை சித்தி மிகவும் கேவலமாக நடத்துகிறாள். அந்தப் பெண் யாரோ ஒரு பையனைக் காதலிக்கிறாள். "இப்பமே உனக்கு கேட்குதா? நீ உன் அப்பனயே வெச்சிருக்கடீ" என்று திட்டுகிறாள் சித்தி. ஆனால் அந்தப் பெண்ணுக்கோ தன் சித்தியின் மேல் சந்தேகம். இவள் ஏதோ தப்பு தண்டா செய்து கொண்டிருப்பதாகத் தோன்றுகிறது அந்தப் பெண்ணுக்கு. ஒரு நாள் இரவு, நேரம் தப்பி வருகிற சித்தியிடம் இந்தச் சிறுமி ஏதோ கேட்டிருக்கிறாள். "போடீ... தேவுடியா..." எனத் திட்டியிருக்கிறாள் சித்தி. தொடர்ந்து அந்தப் பெண்ணுக்கும் சித்திக்கும் கடுமையான தகராறு. அன்று இரவுதான் அந்தப் பெண், தூங்கிக் கொண்டிருக்கும் சித்தியின் மேல் அம்மிக்குழவியைத் தூக்கிப் போட்டு கொலை செய்து விட்டாள். அதற்குப்பின் தன் தங்கைகளையும் தம்பியையும் தண்ணீர்த் தொட்டியில் அமுக்கிக் கொன்று விட்டாள். இவ்வளவு

மூர்க்கமான அளவுக்குத்தான் குடும்ப வன்முறைகள் இங்கே ஏராளமாக நடந்து கொண்டிருக்கிறது.

கன்னட பிரசாத்தை கைது செய்யும் போது அவனுடைய அசிஸ்டெண்டுகள் சிலரையும் கைது செய்கிறார்கள். அவர்கள் சொல்லும் செய்திகளைத் தொகுக்கும்போது ஒரு நாவல் மாதிரிப் போகுது. ஒருவன் சொல்கிறான்: "நான் பியூட்டி பார்லர் பக்கத்திலோ ஜூஸ் கடை பக்கத்திலோ போய் நிற்பேன். பியூட்டி பார்லர் பக்கத்தில் ஜூஸ் கடை இருந்தால் இன்னும் நல்லது. பியூட்டி பார்லருக்குப் போக ஹவுஸ் ஓய்ஃபாக இருக்கும் மிடில் கிளாஸ் பெண்கள்தான் வருவார்கள். காலையில் பத்து மணியில் இருந்து சாயங்காலம் நான்கு மணிவரைதான் அவர்கள் நேரம். அப்போது ஜூஸ் கடைக்கு பெண்கள் வரும்போது பேச்சுக் கொடுப்பேன். மெள்ள கரைப்பேன். என்னுடைய க்ளையண்ட்ஸ் அதிகம் குடும்பப் பெண்களும் கல்லூரிப் பெண்களும்தான் வேண்டும் என்கிறார்கள்" என்று சொல்கிறான் அவன். இரண்டு விஷயங்களைத்தான் அவன் பெண்களிடம் காண்பிப்பானாம். ஒன்று கரன்சி; அதாவது சலவை செய்யப்பட்ட நோட்டுக்கள். சிறுமிகளாக மாணவிகளாக இருந்தால், ப்ளூபிலிம்.

என்னுடைய நண்பன் ஒருத்தன் சொன்னான். காரை எடுத்துக்கொண்டு போவானாம். பஸ் ஸ்டாண்டில் நிற்கிற பெண்ணிடம் போய் தெரிந்த ஆள் மாதிரி பேசுவானாம். அந்தப் பெண், "உங்களைத் தெரியாதே" என்று சொல்லும். "பரவா யில்லை, நீங்க காரில் ஏறுங்க. உங்களை டிராப் பண்ணுகிறேன்" என்று சொல்லி, ஒரு விதமான கெஞ்சலான சொற்களில் அவளுக்கு ஒரு தர்மசங்கடமான நிலைமையை உண்டு பண்ணி கடைசியில் அவளைக் காரில் ஏற வைத்து விடுவான். சொன்ன மாதிரியே அவளை அவளுடைய வீட்டில் கொண்டு போய் விடுவான். அப்போது தன்னுடைய தொலைபேசி எண்ணையும் கொடுப்பான். முதல் நாள் டிராப்பில் வருது பாருங்க, அந்தப் பெண்ணுக்கு நம்பிக்கை, அதுதான் அவனுடைய வெற்றி. அடுத்த நாள் அந்தப் பெண்ணே பேசும். சந்திப்பார்கள். செக்ஸ் வைத்துக் கொள்வார்கள். கடைசியில் அந்தப்பெண் ஒரு பாலியல் தொழிலாளியாகவே மாறி விடுவாள்.

நளினி ஜமீலா :

பெண்களுக்குப் பல கஷ்டங்கள் இருக்கிறது. பணத் தேவை உள்ள பெண்கள் இருக்காங்க. அவங்க தன்னைச் சுற்றி உள்ள உலகத்தைப் பார்க்கிறார்கள். அக்கம் பக்கம் உள்ள பெண்களைப் பார்க்கிறார்கள். அவர்களின் உடைகள் பாக்கெட் மணி எல்லாமே இந்தப் பெண்களையும் பாதிக்கிறது. காசில் புரள்கிற பெண்களும் குடும்பப் பெண்களாக இருக்கிறார்கள். காசில்லாமல் அதற்காக ஏங்குகிற பெண்களும் குடும்பப் பெண்களாக இருக்கிறார்கள்.

பணம் பண்றது அவ்வளவு ஈசியில்லை. நானே அந்த மாதிரி கஷ்டத்தில்தான் வந்தேன். 13 வயசில் மண் அள்ளுகிற வேலைக்குப் போவேன். இடுப்பு ஒடிய வேலை செய்தால் ஒரு நாள் உணவு அரைகுறையாக கிடைக்கும். அப்புறம் இந்தத் தொழிலுக்கு வந்த போது மனக் கஷ்டம் இருந்தது. ஆனால் இன்று இல்லை. ஒரு சொல்லுக்கு நான் வந்தேன்னா, அரைச் சொல்லுக்காக இன்று வழுக்கி விழுந்து இந்த வாழ்க்கைக்கு வருகிற பெண்கள் அதிகமாக இருக்கிறார்கள். காரணம், பணம்.

பெண்கள் கைமாறினால் பணம் குவியும். பணம் பருந்தாக வந்து சேரும்னு சொல்வாங்க. ஆமாம், சில தடவை போனாலே கூச்சம் போயிடும். பணம் வரும், வராமல் கூடப் போகும். ஆனால் நிம்மதி? தேவைகள்தான் பெண்களை இப்படி வேண்டாத இடங்களுக்குக் கொண்டு போய்ச் சேர்க்கிறது என்று நினைக்கிறேன். வீட்டுத் தேவைகள், விரும்பியதைச் சாப்பிடுகிற தேவைகள், குழந்தைகளுக்கும் தனக்கும் நல்ல ஆடைகள் என்று பலவிதமான தேவைகள். இப்படி நிறைய. ஆனால் இந்தத் தேவைகள் எல்லாம் அவசியமானதா அனாவசியமா என்று கேட்டால், பெண்கள் குடும்பத்தில் பொருளாதார ரீதியாக தங்களின் குறைந்த பட்சத் தேவைகளைக்கூட பூர்த்தி செய்து கொள்ள முடியாதவர்களாகவே இருக்கிறார்கள் என்று தான் சொல்ல வேண்டும்.

சாருநிவேதிதா :

சமீபத்தில் பத்மா என்கிற நடிகை ஒரு தொழிலதிபருடன்

போய் இருந்து விட்டு அதை வீடியோ எடுத்து மிரட்டி போலீசில் மாட்டிக் கொண்டார். அந்தப் பெண்ணின் பேட்டியைப் படித்தால் வேடிக்கையாக இருக்கிறது. ஒரு நாற்பது லட்சத்தை கொடுத்திருந்தால் நானும் சந்தோசமாக லைஃபில் செட்டில் ஆகியிருப்பேன் என்று சொல்லியிருக்கிறார் அந்த நடிகை. இதிலிருந்து என்ன தெரிகிறதென்றால், மனிதனுக்கு வாழ்க்கையின் பொருள்சார் தேவைகள் அதிகமாக அதிகமாக லக்ஷுரியின் மீதும் ஆடம்பரத் தேவைகளின் மீதும் நாட்டம் கூடுகிறது. அதற்காக என்ன வேண்டுமானாலும் செய்யலாம் என்ற மனோபாவத்துக்குத் தள்ளப்பட்டு விடுகிறார்கள் மக்கள். இதன் காரணமாகவே இன்று ஏகப்பட்ட க்ரைம் சம்பவங்கள் நடந்து கொண்டிருக்கின்றன. முன்பெல்லாம் குற்றச் செயல்கள் பெரும்பாலும் மனித உணர்வுகள் மற்றும் passion சம்பந்தப்பட்டதாகவே இருக்கும்.

நான் இவளை லவ் பண்ணுகிறேன். மனைவி இடைஞ்சலாக இருக்கிறாள். எனவே அவளைத் தீர்த்துக் கட்டுகிறேன். நான் இவளை லவ் பண்ணுகிறேன். ஆனால் இவள் என்னை லவ் பண்ண மாட்டேங்குறா. எனவே அவள் முகத்தில் ஆசிட்டை ஊத்துகிறேன். இதற்கு அடிப்படை உணர்ச்சிக் கொந்தளிப்பு. முன்பு இப்படி இருந்த க்ரைம் இன்று பொருள் ரீதியாக மாறி விட்டது.

அப்புறம் நான் உங்களிடம் பேச விரும்பிய இன்னொரு விஷயம், பாலியல் நாட்டத்திற்கும் உடம்பு ஒத்துழைப்பிற்குமான உடல் மொழி குறித்து. ஒரு இருபது வயது பையனுக்கு பாலியலில் எவ்வளவு ஆசை இருக்குமோ அதே ஆசையோடுதான் தொண்ணூறு வயது ஆணும் இருக்கிறான். ஆண்குறி கொஞ்சம் ஒத்துழைக்காமல் இருக்கலாம். ஓவியர் எம்.எஃப்.ஹுசைன், குஷ்வந்த் சிங் மாதிரியான பெர்சனாலிட்டிகளைப் பார்க்கும் போதும், நம் தலைவர்களுடைய வாழ்க்கையைப் படிக்கும் போதும் அப்படித்தான் தோன்றுகிறது. ஆனால் ஒரு எழுபது வயதுள்ள பெண்ணுக்கு அதே வயதுள்ள ஆணுக்கு இருப்பது போன்ற செக்ஸ் உணர்வு இருக்குமா என்று தெரியவில்லை.

நளினி ஜமீலா :

எனக்கு *54* வயசாகுது. ஆனால் நான் முப்பது வயதில் எப்படி இருந்தேனோ அப்படித்தான் இப்போதும் இருக்கிறேன். அது மனசோட விஷயம்தான். பெண்கள் பொதுவாக மெனோபாஸ் - அதாவது பீரியட் நின்று போன அடுத்த பத்து வருடத்துக்குப் பிறகு உடலுறவே கொள்ள முடியாது என்று சொல்றாங்க. எனக்கு பீரியட்ஸ் நின்று ஒரு வருடம் ஆகிறது. இந்த விஷயத்தை என்னை வைத்துப் பரிசோதிக்கிறதாக இருந்தால் இன்னும் சில வருடங்கள் கழித்துத்தான் சொல்ல முடியும். இப்போது ஐம்பதில் இருந்து ஐம்பத்தைந்து வரை ஒரு பெண்ணுக்கு பீரியட் நின்று போகிறது. பொதுவாக பீரியட் நின்று போனாலே வாழ்க்கை முடிந்து போனதாக நினைக்கிறார்கள் பெண்கள். ஆனால் உண்மை அப்படியல்ல. நான் இப்பவும் ஆண்களைப்பற்றி நினைக்கிறேன். இருபது வயதிலும் சரி, அறுபது வயதிலும் சரி, என்னால் செக்ஸில் ஈடுபட முடியும். எனக்கு அது ஒரு பிரச்சினையே கிடையாது. ஆனால் குடும்பப் பெண்களுக்கு தனது மூத்த மகனைப் பார்க்கும் போது ஒரு கூச்சம் வரும். ஏனென்றால் அவன் தோளுக்கு மேலே வளர்ந்திருக்கிறான். எனவே அதோடு வாழ்க்கை முடிந்து விட்டதாக நினைக்கி றார்கள் பெண்கள். இது ஒரு உளவியல் பிரச்சினை. இதுவும் நாம் பேசுகிற பல பாலியல் கலாச்சார விஷயங்களோடு தொடர்புடைய விஷயங்கள்தான். இப்போது கடந்த ஒரு வருடமாக நான் சந்தோஷமாக இருக்கிறேன். நிறைய காதலோடும் இருக்கிறேன்.

சாரு நிவேதிதா :

எனக்கு செக்சுவல் அனுபவங்களே ரொம்ப ரொம்பக் குறைவு. ஆனால் அதில் நான் உச்சத்தில் இருந்த காலம் ஒன்று இருந்தது. அது ஒரு பெண்ணுடன் தான். ஆனால் அந்தப் பெண்ணுடனான உறவை என்னால் மெயின்டெயின் பண்ண முடியவில்லை. காரணம், பணம். இப்போது நாம் என்றால் எங்காவது டாஸ்மாக்கில் போய் தண்ணியடித்து விட்டுப் போய் விடலாம். ஆனால் அந்தப் பெண்ணோடு ஒரு நட்சத்திர ஓட்டலுக்குத்தான் போக முடியும். அது எனக்குக் கட்டுப்படியாகவில்லை. விலகி

விட்டேன். காஸ்ட்லியான வாழ்க்கை வாழ முடிகிறவர்களுக்கு இங்கு நிறைய இடம் இருக்கிறது. போதுமான பொருளாதார பலம் இல்லாவிட்டால் அம்மாதிரி காதலர்களுக்கான இடங்களோ, சந்திப்பதற்கான பொது இடங்களோ, பூங்காக்களோ இங்கு இல்லை. அதற்கான சமூகச்சூழலும் இல்லை. இருக்கிற டாஸ்மாக் கடையில் போய் நானும் என்னுடைய கேர்ள் பிரெண்டும் தண்ணியடிக்க முடியாது. கலாட்டா ஆகிவிடும்.

நளினி ஜமீலா :

அழகாபுரி லாட்ஜில் என்னுடைய நண்பர் ஒரு தடவை ரூம் எடுத்தார். அப்போது அந்த நண்பர் "நீங்க லாட்ஜுக்கு வரும்போது ரிசப்ஷனில் ரூம் நம்பர் என்ன என்று கேட்க வேண்டாம். எனக்கு போன் பண்ணினா போதும். நான் வந்து அழைத்துச் செல்கிறேன்" என்றார். ஆனால் நான் லாட்ஜுக்குள் நுழைந்ததும் ரிசப்ஷனில் போய் "நான் நளினி ஜமீலா. அவர் எந்த ரூமில் இருக்கிறார்? அந்த ரூம் நம்பரை எனக்குச் சொல்ல முடியுமா?" என்றுதான் கேட்டேன். அவர்களே என்னை அழைத்துக் கொண்டு போய் விட்டார்கள்.

கதவைத் திறந்து வைத்து விட்டுக் குடித்தேன். மூடிய கதவுக்குள் குடிப்பதை விட கதவைத் திறந்து வைத்து குடிப்பதால் கொஞ்சம் ஃப்ரீயாக இருக்க விடுவார்கள். ஏனென்றால் கதவு திறந்து கிடக்கும்போது அவர்களுக்கு க்யூரியாசிட்டி வராது. அதே கதவை மூடி வைத்தால் பார்க்கிற அனைவருக்குமே சந்தேகம் வரும். ஆனால் ஆண்கள்தான் ரொம்ப பயப்படுவாங்க. நான் இயல்பாகத்தான் இருக்கிறேன்.

சாரு நிவேதிதா :

அடுத்து ஒரு விஷயம் ஜமீலா. பாலியல் கல்வி பற்றி நீண்ட நாட்களாக இங்கே கோரிக்கை இருக்கிறது. அது இப்போது தேவையா இல்லையா என்று இரு வேறு கருத்துக்கள் விவாதமாக நீண்டு செல்கிறது. என்னைப் பொறுத்தவரையில் செக்ஸ் கல்வி தேவை இல்லை என்றே தோன்றுகிறது. ஏனென்றால், முதலில் இங்கு கல்வியே சரியில்லை. அப்புறம் என்ன செக்ஸ் கல்வி?

சமத்துவமான கல்வியே இங்கு இல்லை. மிகவும் பாரபட்சமான, அநீதியான கல்வி முறைதான் இங்கே இருந்து கொண்டிருக்கிறது. தவிரவும் செக்ஸ் பற்றி யாருக்கும் யாரும் சொல்லிக் கொடுக்க வேண்டியதில்லை என்பதே என் கருத்து. மனித இனத்துக்கு ஒரு குறிப்பிட்ட பருவத்தில் அந்த விஷயம் தானே தெரியவருகிறது என்று நான் நம்புகிறேன்.

நளினி ஜமீலா :

செக்ஸ் எல்லோருக்கும் தெரியும் என நீங்கள் சொல்கிறீர்கள். பெண்ணிடம் யோனி இருக்கிறது. ஆணிடம் லிங்கம் இருக்கிறது. இந்த இரண்டும் சேர்வதை செக்ஸ் என்று நினைக்கிறார்கள். அதைக்கூட எப்படித் தெரிந்து கொள்கிறார்கள் என்பதை துவக்கத்தில் பேசினோம். ஆனால் ஆணும் பெண்ணும் இணைவது மட்டுமே செக்ஸ் இல்லை. அதையும் தாண்டி உடல் ரீதியான, மன ரீதியிலான பல விஷயங்கள் இருக்கிறது. செக்ஸ் என்றால் அதில் எப்போது மனமும் உளவியல் ரீதியான விஷயங்களும் சம்பந்தப்படுகிறதோ அப்போதுதான் உடலுறவு என்பது சமத்துவமான, சுதந்திரமான ஒரு விஷயமாக மாறும்.

எனக்கு பிரெண்ட் வேண்டும். நிறைய பிரெண்ட் வேண்டும். ஆனால் நளினி ஜமீலா ஒரு பிரெண்ட் பிடிக்கிறார்கள் என்றால், ஜமீலா அவர்களை க்ளையண்ட் ஆக்கப் போறாங்க என்றே நினைக்கிறார்கள். அப்படி இல்லை. ஒரு ஆளை நான் இஷ்டப்பட பல காரணங்கள் இருக்கலாம். அழகு, குணம், அறிவு, உடல் வலு என்று எந்தக் காரணமாகவும் இருக்கலாம். ஒருவரை பிடிக்கவோ, பிடிக்காமல் போகவோ காரணங்கள்கூட தேவையில்லாமல் போகலாம். இப்படி இதில் எத்தனையோ விஷயங்கள் அடங்கி இருக்கின்றன. இது தவிர உடலுறவு எப்படி இருக்க வேண்டும், யோனியின் தன்மை என்ன, ஆண் குறியின் தன்மை என்ன, எப்படி நிரோத் உபயோகிக்கணும், உடலுறவு என்றால் என்ன, உடலுறவால் உடலில் என்னென்ன மாற்றங்கள் நிகழும் என்று பலதையும் படிக்கும் ஒரு வாய்ப்பே பாலியல் கல்வி. அது அவசியம் என்றே நான் நினைக்கிறேன். ஆனால் இங்கே பல பேர் என்ன நினைக்கிறார்கள் என்றால்,

ஊரே கெட்டுக் கிடக்குது, இனி கல்வியிலும் செக்ஸைப் போய் சேர்த்துக் கொடுத்தால் சமூகமே கெட்டுப் போய்விடும் என்று பெரும்பாலான பெற்றோர் நினைக்கிறார்கள்.

சில மாணவர்கள் செக்ஸ் கல்வியில் பிராக்டிக்கல் எக்ஸாம் எல்லாம் கிடையாதா என்று கேட்கிறார்கள். அல்லது படித்த விஷயத்தை மாணவன் சக மாணவியோடு செய்து பார்த்தால் அது விபரீதமாகப் போய் முடியுமே என்று பெற்றோர்கள் நினைக்கிறார்கள்.

நான் சொல்கிறேன்: அப்படி எதுவும் நடக்காது. உங்களின் மூளைக்குள் இருக்கும் முட்டாள்தனங்களை அது அறுத் தெரியும். செக்ஸ் பற்றி அறிந்து கொண்டால், 'இதுதான் செக்ஸா? இதற்குத்தான் இவ்வளவு அலட்டலா?' என்றுதான் நினைப்பார்கள் மாணவர்கள். பாலின ரீதியிலான ஒடுக்கு முறைகள் மறைய வேண்டும் என்றால் பாலியல் கல்வி அவசியம். நீங்கள் பேசாமல் இருந்தால் இன்னும் அதிகமான, அக்கிரமமான முறையில் செய்து பார்ப்பார்கள். பாலியல் தொழிலாளர்களைப் பார்த்து இவர்கள் எவ்வளவு அச்சப்படுகிறார்களோ, அதேபோலத்தான் இவர்கள் பாலியல் கல்வி பற்றியும் அச்சமடைந்திருக்கிறார்கள். அது பற்றிய விழிப்புணர்வு அவசியம்.

சாரு நிவேதிதா :

நீங்கள் சொல்வதில் நியாயம் இருக்கிறது. சில மாதங்களுக்கு முன்பு டில்லி பள்ளிக்கூடம் ஒன்றில் ஒரு மாணவன் தன்னுடைய வகுப்புத் தோழி தனக்கு ஓரல் செக்ஸ் செய்து கொண்டிருக்கும் போதே அதைப் படம் பிடித்து இன்டர்நெட்டில் போட்டுவிட, இந்தியா முழுக்க அதைப் பார்த்தார்கள். மிகவும் பரபரப்பாகப் பேசப்பட்ட விஷயம் அது.

ஒரு ஆணும் பெண்ணும் ஒன்றாகச் செல்வதற்கே இங்கே ஒரு இடம் கிடையாது. அப்படி இருக்க பாலியல் கல்வியின் அவசியம் என்ன, எதற்காக அதைக் கொண்டு வரவேண்டும் என்று கூறுகிறார்கள். என்னைப் பொறுத்தவரையில் பாலியல் கல்வியைவிட சமச்சீர் கல்வி இங்கே உடனடித் தேவை என்று

நினைக்கிறேன். ஏனென்றால், குறைந்தபட்ச வாழ்வியல் அறங்கள் அற்ற சமூகம் ஒன்று இங்கு உருவாகிக் கொண்டிருக்கிறது. பணம் மட்டுமே பெரிதாகி மனித மாண்புகள் குறைந்து கொண்டு வருகின்றன.

இப்போது இந்தத் தலைமுறை இளைஞன் ஒருவனிடம் அறம் என்பதே இல்லாமல் போய்விட்டது. மொழி அறிவும் இல்லை. நிறுவனமயமாக்கப்பட்டுள்ள இந்தச் சமூக அமைப்பே புழுத்து நாறிக்கொண்டிருக்கிறது. இந்த மோசமான சூழலில் போய் பாலியல் கல்விக்காக நாம் பேசுவதென்பது மொத்தமாக ஊனமாகக் கிடக்கும் இந்த சிஸ்டத்தில் ஒரு சின்ன இடத்தில் களிம்பு தடவுகிற மாதிரி இருக்கிறது.

இன்று அறம் சார்ந்த வாழ்க்கை கேலிப் பொருளாகி வருகிறது. பாலியல் கல்விக்கு முன்னைப் பொருளாக நாம் பேசாப் பொருள் எவ்வளவோ இருக்கிறது. நமது குழந்தைகளின் கல்வி, அவர்கள் தொலைத்த மரபு சார்ந்த வாழ்க்கை, நன்னெறிகள் என எவ்வளவோ சொல்லலாம். கலாச்சார ரீதியாக புராண மரபு, வேத மரபு, பேரிலக்கிய மரபு என ஆயிரக்கணக்கான வருடங்களைக் கடந்த வரலாறு நமக்கு உண்டு. அதையெல்லாம் கற்றுக் கொள்ளத் தவறுகிற சமூகம், பின்னாளில் தன் வேர்களைத் தொலைத்து கொஞ்ச நஞ்சமாய் மீதியிருக்கும் அறங்களையும் தொலைத்து விடும் ஆபத்து இருக்கிறது. நான் இந்தத் தலைமுறைக்கும் எதிர்காலத் தலைமுறைக்குமாக சேர்த்துச் சொல்கிறேன்: அவர்கள் கற்றுக்கொள்ள வேண்டிய விஷயங்கள் நம்மிடம் ஏராளமாக இருக்கிறது.

இங்கே நான் மரபு என்று சொல்கிறபோது, அகண்ட பாரதம் பேசும் இந்துத்துவவாதிகளோடு என்னைக் கொண்டு போய் சேர்த்து விடக்கூடாது. அவர்கள் சொல்வது வேறு. நான் சொல்வது வேறு. ஒரு இலக்கியவாதியை எடுத்துக்கொண்டால் அவனுக்குக் கம்பனும் காளிதாசனும் ஷேக்ஸ்பியரும் எப்படித் தவிர்க்க முடியாத பெயர்களோ அதே போல் இந்தப் பூமியில் வாழும் பாக்கியம் பெற்றிருக்கிற ஒவ்வொரு மனிதனுக்கும் இந்தப் பூமியைப் பற்றிய அடிப்படை விஷயங்கள் தெரிந்திருக்க

வேண்டும். அது தெரியாமல் நாம் வாழும் பூமியை நாமே சீரழிப்பதால்தான் சுனாமி போன்ற பேரழிவுகள் ஏற்பட்டு மனிதர்கள் ஆயிரக்கணக்கில் மடிந்து போகிறார்கள்.

உதாரணமாக, பூஜ்யம் டிகிரி குளிர் என்றால் என்னவென்று தெரியாமல் நீங்கள் குளிர் காலத்தில் ஐரோப்பாவுக்குச் செல்ல முடியாது. அதோடு "இங்கே ஊட்டியிலேயே ஸீரோ டிகிரிக்குப் போகிறது, எனக்கு அது பற்றித் தெரியும்" என்றால் அதுவும் தவறாகப் போய் விடும். ஐரோப்பா கண்டம் பலநூறு ஆண்டுகளாக, பல ஆயிரம் ஆண்டுகளாக குளிரில் வாழ்ந்து கொண்டிருக்கிறது. அங்கே ஒன்பது மாதங்கள் குளிர்காலம் தான். கோடையிலும் கூட வெப்பம் 20 டிகிரி செல்சியசைத் தாண்டாது. இந்தியாவைப் போல் 45 டிகிரி செல்ஷியஸையெல்லாம் அந்தப் பூமி பார்த்ததே கிடையாது. எனவே, காலம் காலமாக குளிரில் உறைந்து கிடக்கும் ஒரு நிலப் பகுதியின் ஸீரோ டிகிரிக்கும், இந்தியா போன்ற ஒரு சூடான நிலப்பகுதியின் ஸீரோ டிகிரிக்கும் எவ்வளவோ வித்தியாசம் இருக்கிறது. இது தெரியாமல் பல இலங்கைத் தமிழர்கள் ஐரோப்பாவில் தங்கள் உடல் உறுப்புகளை இழந்திருக்கிறார்கள்; செத்தும் போயிருக்கிறார்கள்.

அகதிகளாய்க் கிளம்பி ஐரோப்பா செல்லும் இலங்கைத் தமிழர்கள் மேற்கு ஐரோப்பாவை நோக்கி நடந்து செல்லும் போது இடையில் பனிப்பாலைகள் குறுக்கிடுகின்றன. மைனஸ் 10 டிகிரி செல்ஷியஸ் குளிரில் பனிப் பாலைகளுக்கு இடையே ரோந்துப் போலீஸாரின் கண்களில் பட்டு விடாமல் தப்புவதற்காக இரவு நேரம் முழுவதும் ஆடாமல் அசையாமல் பதுங்கிக் கிடப்பார்கள். பகலில் போலீஸ் பயம் கிடையாது. வெளிச்சம் வந்ததும் நடைப் பயணத்தை மீண்டும் தொடங்கி ஊர் வந்ததும், மரத்துக் கிடக்கும் தங்கள் கைகளை வெந்நீரில் காட்டுவார்கள். கை தனது உயிர்த் தன்மையை உடனடியாக இழந்துவிடும். உயிர் பிழைக்க வேண்டுமானால் கையை வெட்டி எடுக்க வேண்டும். இதைத் தவிர்க்க வேண்டுமானால், முதலில் கையை மற்றொரு மனித உடம்பினால் சூடுபடுத்த வேண்டும். இந்தக் காரணத்தினாலேயே ஐரோப்பியர்கள் ஒருவருக்கு ஒருவர் முகமன் கூறிக்கொள்ளும் போது ஆண் பெண் வித்தியாசம்கூட

இல்லாமல் ஒருவரையொருவர் கட்டியணைத்து முத்தமிட்டுக் கொள்கிறார்கள். ஒரு நிலப்பகுதியின் தன்மை அப்பகுதியில் வாழும் கலாச்சாரத்தைத் தீர்மானிக்கிறது என்பதற்கு இது ஒரு உதாரணம். அது போகட்டும். இரவு பூராவும் பனிக்காட்டில் அமர்ந்து மரத்துப்போய்விட்ட கையையும், காலையும் ஒருவர் இழக்காதிருக்க வேண்டுமானால், உடனடியாக அதில் வெந்நீரைக் கொட்டாமல் மெதுமெதுவாக மற்றொரு தேகத்தின் மூலம் அதற்குச் சூடு கொடுக்க வேண்டும்.

இந்த அர்த்தத்தில்தான் சொல்கிறேன். தமிழ்நாடு என்கிற நிலப்பகுதியில் வாழும் ஒருவர், இந்த நிலப்பகுதியின் மொழி பற்றியும், அந்த மொழி சார்ந்த கலாச்சாரம் பற்றியும், அதன் மரபு பற்றியும் தெரிந்து கொண்டே ஆக வேண்டும். இல்லாவிட்டால் நீ உனது கை, காலை இழந்து விடுவாய்.

வேறொரு உதாரணம் சொல்கிறேன்.

ஜெர்மனில் படிக்கும் ஒரு பள்ளிப் பையனுக்கு நீட்ஷே பற்றித் தெரிந்திருக்கிறது. நீட்ஷே 1888இல் ஐந்து நூல்களை எழுதி முடித்தபோது அவருக்கு மனப் பிறழ்ச்சி ஏற்பட்டதாகவும், அடிபட்டுக் கொண்டிருக்கும் ஒரு குதிரையின் முன்னால் சென்று நின்று கொண்டு, “என்னை அடி, என்னை அடி” என்று நீட்ஷே அந்த குதிரைக்காரனிடம் கத்திய அந்தத் தருணத்தில்தான் அவர் முற்றிலுமாக மனப் பிறழ்வுக்குத் தள்ளப்பட்டார் என்றும் என் நண்பரிடம் சொல்லிக் கொண்டிருந்த போது, அவருடைய மகன் குறுக்கிட்டு “அங்கிள், நீங்கள் சொல்வது தவறு. நீட்ஷே அந்த ஐந்து புத்தகங்களையும் எழுதி முடித்த உடனே அப்படிப் பைத்தியமாக மாறிவிடவில்லை. அவர் தன்னை ஒரு சூப்பர்மேன் என்றே நம்பினார். அந்தக் குதிரைச் சம்பவம் நடந்து முடிந்த பிறகு, தான் தங்கியிருந்த ஸில்ஸ் மரியா என்ற ஊருக்குச் செல்லும் ரயிலைப் பிடிக்க ரயில் நிலையத்தில் நின்று கொண்டிருந்தபோது “எங்கே எனது கிரீடம்?” என்று கேட்டிருக்கிறார். அவர் கிரீடம் என்று குறிப்பிட்டது அவரது தொப்பியை. அவர் தன்னை இந்த உலகத்தின் மகா மனிதனாக நினைத்துக் கொண்டிருந்தார் என்பதற்கு இந்தச் சம்பவம் ஒரு உதாரணம். அவர் கொண்டிருந்த

இந்த மனநிலையே அவருடைய மனப் பிறழ்வுக்குக் காரணம்" என்றான் அந்தச் சிறுவன். இதைக் கேட்டு நான் அதிர்ந்து போனேன்.

இங்கே உள்ள பள்ளிக்கூட மாணவர்களுக்கு எத்தனை எழுத்தாளர் களைத் தெரியும்? சங்க இலக்கியம் பற்றியோ, ஆண்டாளைப் பற்றியோ, கம்பனைப் பற்றியோ, பாரதியைப் பற்றியோ இங்கே எத்தனை மாணவர்கள் அறிவார்கள்? பரந்துபட்ட படிப்பறிவோ உலக ஞானமோ இல்லாமல் வாழ்வதால்தான் அவர்கள் அறங்களைத் தொலைத்து விட்டார்கள் என்று நான் கருதுகிறேன். என்னுடைய புத்தகத்தின் தலைப்பைக்கூட எனது மகனால் படிக்க முடியாத ஒரு சூழலை உருவாக்கி வைத்திருக்கிறோம்.

சமீபத்தில் சென்னையில் உள்ள ஒரு பொறியியல் கல்லூரியில் தமிழ் மட்டுமே தெரிந்த மாணவன் ஒருவன் தூக்கு மாட்டித் தற்கொலை செய்து கொண்டான். பள்ளியில் படிக்கும்போது முதல் மாணவனாக வந்து கொண்டிருந்த அவன், கல்லூரியின் ஆங்கில வழிக் கல்வியைப் புரிந்து கொள்ள முடியாமல் தற்கொலை செய்து கொண்டிருக்கிறான். அந்த மாணவன் ஒரு தனி மனிதனா? அவன் தமிழ் மட்டுமே தெரிந்த ஒரு தலைமுறையின் அடையாளம் இல்லையா? கல்வியில் நகரம், கிராமம் என்று இந்தச் சமூகம் பிளவுண்டு கிடக்கிறது. நகரத்து மாணவர்கள் தமிழை ஒரு பாடமாகக் கூட எடுத்துப் படிக்கத் தயங்குகிறார்கள். அதே சமயம் கிராமத்து மாணவனுக்கு தமிழைத் தவிர வேறு மொழியை கற்றுக்கொள்ளும் வாய்ப்பே இல்லை. என் மகனிடம் கேட்டேன், "ஏன் நீ தமிழ் எடுத்துப் படிக்கவில்லை" என்று. அதற்கு அவன், "தமிழ் எடுத்தால் நாற்பது மார்க்தான் போடுகிறார்கள்; பிரெஞ்ச் மொழி எடுத்துப் படித்தால் நூற்றுக்கு நூறு மார்க் கிடைக்கிறது" என்றான்.

சென்னை என்றொரு நகரம் இருந்தது; அந்த நகரத்தில் ஒரு காலத்தில் செல்வந்தரும், பெருவணிகரும், பெருந்தனக்காரரும், பிளாட்பார்ம்வாசிகளும், நடைபாதைவாசிகளும், ஏழைகளும், பாலியல் தொழிலாளிகளும், உதிரிகளும், ரிக்ஷா ஓட்டுனர்களும் வாழ்ந்தார்கள் என்பது இன்னும் சில ஆண்டுகளில் பழங்கதை

ஆகிவிடும் போலிருக்கிறது. சென்னை என்றொரு நகரம் இருந்தது; அங்கே பெருந்தனக்காரரும் பெரு வணிகர்களும் முதலாளிகளும் கோடீஸ்வரக் குழந்தைகளும்தான் வாழ்கிறார்கள்; மற்றவர்கள் எல்லாம் தாம்பரத்துக்கு வெளியே, இன்னும் வெளியே துரத்தி அடிக்கப்பட்டார்கள் என்று எதிர்காலத்தில் கதைகளைக் கேட்கும் காலம் நெருங்கிக் கொண்டிருக்கிறது. இதை ஏன் சொல்கிறேன் என்றால், நாம் சொந்த மண்ணிலேயே அந்நியமாகிக் கொண்டிருக்கிறோம்.

கல்வி, கலவி, வாழ்வாதாரம் என சகல உரிமைகளும் பறிக்கப்படும் சூழலில் பாலியல் கல்வியைப் பற்றிப் பேசுவது சுத்தப் பேத்தலாக தெரிகிறது. நான் கற்பு கெட்டுப் போய்விட்டது என்று சொல்லவில்லை. ஒரு ஜூஸ் கடையில் வைத்து ஒரு பெண்ணை, கரன்சியைக் காட்டி ஒருவன் பாலியல் தொழிலுக்கு அழைத்துப் போகிறான் என்றால் அது புரோக்கர் உத்தியோகம் இல்லை. அது வேட்டை. வாழ்க்கையின் அற்புதமான பகுதிகளைத் தொலைத்துவிட்டு இவர்கள் சொத்துகளையும், நகைகளையும், பணத்தையும் சேமித்துக் கொண்டிருக்கிறார்கள். செய்தித்தாளைப் பாருங்கள். ஐம்பது பவுன் திருட்டு, நூறு பவுன் திருட்டு என்று தினம் தினம் செய்தி வருகிறது. ஒரு வீட்டில் ஐம்பது பவுன், நூறு பவுன் நகை எதற்கு? பணத்துக்காக என்ன காரியத்தை வேண்டுமானாலும் செய்யத் துணிந்து விட்டார்கள். பாலியல் போகத்துக்காக இந்தப் பெண்கள் வீட்டை விட்டு வெளியேறினால் நான் அதை வரவேற்பேன். ஆனால் இவர்கள் பணம், நகை, ஆடைகள் என அற்ப ஆசைகளுக்காக வாழ்க்கையை இழக்கிறார்கள்.

தொலைக்காட்சியைப் பாருங்கள். எல்லா தொலைக்காட்சிகளி லும் ஒரு நடன நிகழ்ச்சி வருகிறது. அதைப் பார்த்தாலே பாலியல் கிளர்ச்சிதான் ஏற்படுகிறது. முழுக்கவும் செக்ஸ் மூவ்மென்ட்ஸை அப்பட்டமாக வெளிப்படுத்தும் நடனக்காட்சிகள். இந்நிகழ்ச்சியில் தன் மகள் ஆடுவதை மேடையின் ஓரமாக அமர்ந்து பார்க்கிறாள் தாய். தன் மனைவி வேறு ஒரு ஆணுடன் ஆடுவதை ஒதுங்கியிருந்து பார்க்கும் கணவன். இதையெல்லாம் பார்க்கும்போது மேற்குலக கலாச்சாரம் இங்கு வந்து விட்டது போலத் தோன்றலாம்.

ஆனால் அது உண்மையல்ல. இதெல்லாம் பணத்துக்காகவும், புகழுக்காகவும் போடும் வேஷம். யாரும் யாருடனும் வாழலாம்; விரும்புகிறபடி வாழலாம் என்பதைத்தான் அறிவுஜீவிகளான நாங்களும் சொல்லிக் கொண்டிருக்கிறோம். நீங்களும் அந்தக் கலாச்சாரத்துக்குத்தான் வருகிறீர்களா? அப்படியென்றால் நான் வரவேற்கிறேன்.

நளினி ஜமீலா :

ஆமாம். இந்தப் போக்கு எல்லா மாநில மொழி சேனல்களிலும் இருக்கிறது. கேரளாவிலும் இருக்கிறது. ஆனால் இந்த மாதிரி ஷோவில் ஆடும் தொலைக்காட்சி நடிக நடிகைகளுக்கு கொஞ் சமும் சமூகப் பொறுப்பு என்பதே கிடையாது. இன்னும் சொல்லப் போனால், கன்னி கழிவது என்கிற பிற்போக்குத்தனம் பற்றி பேசினோம் அல்லவா? அது பற்றி மீண்டும் இந்த இடத்தில் பேச வேண்டியிருக்கிறது. காரணம், இந்த மேடைகளில் உயர் தட்டு வர்க்கங்களைப் பிரதிநிதித்துவப்படுத்துகிற இம்மாதிரி ஆட்களுக்கு கன்னி கழிவது பற்றிய பிரச்சினை இல்லை. ஆனால் வேறு ஆணுடன் ஆடுகிற, முத்தமிடுகிற கலாச்சாரத்தை மற்ற ஒடுக்கப்பட்ட மக்களுக்கு அதிகார வர்க்கங்கள் வழங்குமா என்பதுதான் என்னுடைய கேள்வி. அப்படியே ஏழைகள் செய்கிற காரியம் வெளியில் தெரிந்தால் அவர்களை விபச்சாரி என்று சொல்வார்கள். அதையே தொலைக்காட்சியில் சினிமாவில் செய்தால் அது ஸ்டார் நைட் ஆகி விடுகிறது. ஸ்லீவ்லெஸ் போட்டுக்கொண்டு கிராமங்களில் பெண்கள் வெளியில் நடமாட முடியுமா? ஒரு தொலைக்காட்சி நடிகைக்கு ஒரு நாள் நடன நிகழ்ச்சியில் பங்கேற்க நாற்பதாயிரம் ரூபாய் கிடைப்பதாகச் சொல்கிறார்கள். இதே வழக்கத்தை இவர்கள் எல்லோருக்குமாக பொதுமைப்படுத்தலாமே? சமூகத்தின் அதிகார மையங்களில் இவ்வாறான முரண்பாடுகள் மலிந்து கிடக்கிறது.

ஆனால் பாலியல் கல்வியின் அவசியத்தை ஆன்ம ரீதியிலான ஒரு பிரச்சினையாக நான் அணுகுகிறேன். ஏனென்றால், செக்ஸ் என்றால் என்னவென்றே தெரியாத ஒரு சமூகத்தில் நாம் வாழ்ந்து கொண்டிருக்கிறோம். நாம் இன்னும் எத்தனை

நாளைக்கு இதைப் பற்றி எதையும் அறிந்து கொள்ளாமலேயே இதில் ஈடுபட்டுக் கொண்டிருக்கப் போகிறோம்? அதனால்தான் நான் பாலியல் கல்வியை அவசியம் என்று நினைக்கிறேன். கல்யாணம் ஆன பிறகு என்ன செய்வதென்று தெரியாத பல ஆண்களும் பெண்களும் இங்கே இருக்கிறார்கள். பாலியல் உரிமைகள் பற்றிய உணர்வு இல்லை. பெண் உணர்வின் உச்சம் பற்றியோ, முழுமையான செக்ஸ் அனுபவம் பற்றியோ பலருக்கும் தெரியவில்லை. கான்டம் பற்றி எந்த அறிவும் இல்லாத ஏராளமானோர் இங்கே இருக்கிறார்கள்.

அப்படிச் சொல்லும்போது ஒரு சுவையான அனுபவம் எனக்கு நினைவுக்கு வருகிறது.

கான்டம் எப்படி உபயோகிக்க வேண்டும் என்கிற வகுப்பை ஒழுங்கமைத்திருந்தார்கள். அந்தக் கூட்டத்தில் கான்டம் எப்படி மாட்ட வேண்டும் என்று கல்லூரிப் பேராசிரியர் ஒருவர் வகுப்பெடுத்தார். தன் விரலில் கான்டத்தை மாட்டிக் கொண்டு, “அந்த இடத்தில் இப்படி மாட்ட வேண்டும்” என்று சொன்னாரே தவிர, அவர் சொன்ன அந்த இடம் எந்த இடம் என்று கடைசி வரை சொல்லவில்லை. கான்டம் பற்றி வகுப்பெடுக்க வரும் ஒரு பேராசிரியருக்குக்கூட ஆண் குறி என்று சொல்வதில் கூச்சமும், வெட்கமும், கலாச்சாரக்கேடும் இருக்கிறதென்றால் எளிய மக்களுக்கு எவ்வளவு இருக்கும் என்று பார்த்துக் கொள்ளுங்கள். நீங்கள் கான்டம் மாட்டுவது கையில் மாட்டுங்க; ஆனால் அதை எங்கே மாட்ட வேண்டும் என்று அந்த உறுப்பைச் சொல்லுங்க. அதில் கூட ஒரு சிக்கல் இருக்கிறது. பொதுத் தமிழில் ஆண் குறி என்கிறோம். பெண்ணின் யோனி என்கிறோம். ஆனால் வட்டார வழக்கில் இந்த இரண்டு உறுப்புகளின் பெயர்களையும் இடுகுறியிட்டு அழைக்கிறார்கள்.

நாகர்கோவிலில் நான் சில வருடம் இருந்தேன். அங்கே ஆண் குறியை “சக்கர” என்று சொல்வார்கள். கேரளத்தில் பொதுவாக “குண்ண” என்று சொல்கிறார்கள்.

இம்மாதிரி வகுப்புகள் எடுக்க இப்போது பாலியல் தொழிலாளர் களைத்தான் அழைக்கிறார்கள். அவர்கள்தான் எல்லாவிதமான

ஆட்களையும் கூச்சமின்றி எதிர்கொள்கிறார்கள் என்று நினைக்கிறேன். என்னுடைய மாநில மொழியில் நான் இந்த பெயர்களைச் சொன்னால் பாலியல் தொழிலாளிகள் எப்போதும் கெட்ட வார்த்தைகளைத்தான் பேசுகிறார்கள் என்று சொல்கிறார்கள். ஆனால் "வஜைனாவுக்குள்ள வலிக்குதா?" என்று டாக்டர் மூச்சுக்கு முந்நூறு தடவை கேட்கிறார் அல்லவா? அப்போது அது கெட்ட வார்த்தை இல்லை!

சாரு நிவேதிதா :

இல்லை ஜமீலா... இதில் ஒரு சின்ன சிக்கல் இருக்கு. அது என்னவென்றால், வஜைனாங்கறது அந்த டாக்டரைப் பொறுத்தவரைக்கும் யோனிதான். புஸ்ஸில வலிக்குதா, கன்டில் வலிக்குதான்னு டாக்டர் கேட்க முடியாது. ஏனென்றால் புஸ்ஸியும் கன்ட்டும் அங்கே லோக்கல் வார்த்தை. ஒருவன் அந்த வார்த்தைகளை எப்போது யூஸ் பண்ணுவான் என்றால் கோபப்படும் போதுதான். "பிளடி கன்ட்" என்றால் கோபத்திலோ காமத்தின் உச்சத்திலோ சொல்லுகிற வார்த்தைகள். மற்றபடி உடல் உறுப்பைச் சொல்கிற வார்த்தைகளையே கெட்ட வார்த்தைகளாக நினைப்பது அபத்தம்தான். சாதாரண எளிய உழைக்கும் மக்களிடம் சகஜமாகப் புழங்குகிற சொற்கள் கூட நாகரீகமான சமூகத்திடம் இல்லை.

நளினி ஜமீலா :

என் மகள் சின்னக் குழந்தையாக இருக்கும் போது எனக்கு வீடு மங்களாபுரத்தில் இருந்தது. இவளுக்கு இரண்டு வயசு. நல்ல குண்டு குழந்தையாக இருப்பாள். அவள் டாய்லெட் போய் விட்டு ஓடி வந்து, "அம்மா எனக்கு குண்டி கழுவி விடு" என்று சொல்வாள். அது மங்களாபுரத்தில் பயங்கரமான கெட்ட வார்த்தை. அப்படி சொல்லக்கூடாது என்று சொல்லி நான் "புத்தாடு" என்று அதற்குப் பெயர் வைத்தேன். அப்புறம் அவள், "அம்மா, புத்தாடு கழுவி விடம்மா?" என்று ஓடி வருவாள். இப்போது எனது மகள் அவளுடைய மகளுக்குச் சொல்கிறாள். "பொன்னே வா, அம்மா புத்தாடு கழுவி விடுறேன்" என்று. இப்போது பக்கத்து வீட்டுக்காரங்க அந்தப் பெயரை

பயன்படுத்துறாங்க.

நமக்கு ஆடை இருக்கு; அது நம் மானத்தை மறைக்கிறது. ஆனால் நாம் அந்த ஆடைக்குள் இருக்கும் உறுப்புகளின் பெயர்களைக்கூட சொல்லாமல் மறைக்கிறோம். ஆனால் ஒடுக்கப்பட்ட தலித் மக்களிடமும், குடிசைப்பகுதியில் வாழும் மக்களிடமும் உடலுறுப்புகள் பற்றிய அவமான உணர்வை நான் பார்த்ததில்லை. மிக இயல்பாக உடலுறுப்புகளையும், அதன் பெயர்களையும் கையாள்கிறார்கள். ஆனால் நாகரீகமான மனிதர்களிடம் உடலுறுப்பைப் பற்றிக் கேட்டால் அவ்வளவுதான். இதெல்லாம் மாற வேண்டும். கை, கால், மூக்கு மாதிரி யோனியும், ஆண் குறியும் மனித உடலிலுள்ள உறுப்புகள். அதைப் பற்றியும் மக்களுக்குத் தெளிவாகத் தெரிய வேண்டும். அதுதான் எனது ஆசை.

பொதுவாக தமிழில் மலம் கழித்து விட்டு வந்து தண்ணீரால் கழுவுவதை கால் கழுவுவது என்று சொல்கிறார்கள். ஏர்வாடியில் இருந்த போதுதான் வெஜைனாவை கழுவுவதையும், மலம் கழித்த பிறகு கழுவுவதையும் கூட கால் கழுவுதல் என்று சொல்கிறார்கள் என்பது எனக்குத் தெரிய வந்தது. இப்படி மொழியின் பழக்கவழக்கத்தில் நமது உடலையே அந்நியப்படுத்துகிற அறியாமை விலகுவதற்காகத்தான் பாலியல் கல்வி அவசியம் என்று நினைக்கிறேன். அதை விட்டு விட்டு டிரெஸ்ஸே இல்லை, தொப்பி எதுக்கு என்று கேட்கக் கூடாது. ஆடை யில்லா விட்டால் நிர்வாணம் மட்டும்தான் தெரியும்; ஆனால் தொப்பி இல்லாவிட்டால் வெயில் அடிக்கும்; மழை பெய்யும். இந்த விஷயத்தை நான் இப்படித்தான் பார்க்கிறேன்.

சாரு நிவேதிதா :

இல்லை ஜமீலா. நான் பாலியல் கல்வி வேண்டாம் என்று சொல்வதற்கு இன்னும் பல சீரியஸான காரணங்கள் உண்டு. பாலியல் கல்வி வேண்டும் என்று யார் சொல்கிறார்கள் என்று பார்த்தால் கன்சர்வேட்டிவான ஆட்களாகவும், பிராமணர்களாகவும் இருக்கிறார்கள். தங்கள் குழந்தைகள் பள்ளிகளிலோ கல்லூரிகளிலோ கெட்டுப் போய் விடக்கூடாது

என்று பயப்படுகிற ஆட்கள்தான் பாலியல் கல்வி தேவை என்று பேசுகிறார்கள். விக்டோரியன் ஏஜ் என்று சொல்லப்படுகிற காலக்கட்டத்தில் பெண்களின் கற்பைப் பாதுகாக்கிறோம் என்று பெண்களின் இடுப்பில் பெல்ட் மாட்டி, யோனியை பூட்டால் பூட்டி வைத்தது மாதிரிதான் இந்தப் பாலியல் கல்வியும் இன்று பேசப்பட்டு வருகிறது. அதை ஒரு கற்புப் பூட்டாகவே மாட்ட நினைக்கிறார்கள். உயர் சாதி ஆட்கள் வேண்டுமானால் பாலியல் கல்வியை ஆதரிக்கட்டும்; நான் இதற்கு எதிராகத்தான் இருப்பேன்.

பாலியல் கல்வியின் அவசியம் என்ன? இப்போது ஐரோப்பாவில் தனியார் பள்ளி என்று எதுவும் கிடையாது; எல்லாம் அரசாங்கம்தான் நடத்துகிறது. நாட்டின் ஒட்டுமொத்த வளர்ச்சியுமே கல்வியைத்தான் அடிப்படையாகக் கொண்டிருக் கிறது. அந்த அடிப்படை உரிமையான கல்வியையே இவர்களால் ஒழுங்காகக் கொடுக்க முடியாதபோது பாலியல் கல்வியின் அவசியம் என்ன?

தவிரவும் மனித இனம் இத்தனை ஆயிரம் வருடங்களாக இனவிருத்தி செய்து கொண்டும், வளர்ந்து கொண்டும்தான் இருக்கிறது. காட்டுவாசி காட்டுவாசி என்கிறார்களே, அவன் எத்தனை பெண்ணுங்களை ரேப் பண்ணினான்? அவனிடம் சட்டம் ஒழுங்கு பிரச்சினையே இல்லையே? அவன் மனைவியை அடிக்கவில்லையே? காட்டை அழிக்கவில்லையே? தண்ணீரை விற்பனை பண்ணவில்லையே? படிக்கவும் இல்லையே? என்றைக்குப் பூர்வீகமான மனிதனின் நிர்வாணம் தொலைஞ் சுதோ அன்றைக்கே நாம் ஊழல்வாதிகளாக மாறிப்போனோம். ஆணும் பெண்ணும் இணைவதை இயற்கையாக அவர்கள் கற்க வேண்டும் என்று நினைக்கிறேன். அவ்வளவுதான். வாழும் கலையையே நாம் இன்னும் கற்றுக் கொள்ளவில்லை.

ஐரோப்பாவில் டாய்லெட் மேனரிசம் இல்லாமல் விசா கேன்சல் ஆகி வந்த ஆட்கள் இங்கே இருக்கிறார்கள். ஐரோப்பாவில் மட்டுமல்ல; கேரளாவில் திருவனந்தபுரம் பக்கம் வேளி என்றொரு பார்க் இருக்கிறது; அந்த பார்க்கில் மலையாள அறிவிப்புப் பலகையை வைத்திருப்பார்கள். ஆனால் அங்குள்ள ஒரே

தமிழ்ப் பலகை "குப்பைகளைக் கொட்டாதீர்கள்" என்பதுதான். இது தமிழர்கள் மீதான பொதுப் புத்தி என்பது மலையாள மனதில் என்னவாக இருக்கிறது என்பதை உணர்த்துகிறது. அதெல்லாம் ஒரு பக்கம் இருந்தாலும், இந்திய சமூகங்களிடம் உடலையும் சூழலையும் பராமரிக்கும் பொறுப்பு குறைவாக இருக்கிறதோ என்று நான் நினைக்கிறேன். டாய்லெட்டையும் உடலுறுப்புகளையும் சுத்தமாக வைத்துக் கொள்ள முதலில் இவர்களுக்கு சொல்லிக் கொடுக்க வேண்டியிருக்கிறது. அதை நாம் சொல்லிக் கொடுக்கத் தவறுகிறோம். அதனால் இங்கேயிருந்து போகும் இந்தியர்களுக்கு எப்படி டாய்லெட்டைப் பயன்படுத்த வேண்டும் என்று மேற்கத்திய நாட்டைச் சேர்ந்தவர்கள் சொல்லிக் கொடுக்கிறார்கள்.

உறுப்புகளின் ஆரோக்கியம் குறித்த சிரத்தையின்மையில் இருந்துதான் இவர்கள் இந்த பூமியையும் இப்படி நடத்துகிறார்கள் என்று நினைக்கிறேன். வனத்தை அழித்ததும், சூழலைக் கெடுத்ததும் இப்படித்தான். பாரீஸ் நகரின் பிரதானச் சாலையே ஒரு அடர்ந்த வனம் மாதிரி இருக்கிறது. அங்கு மரத்தை வெட்ட முடியாது. ஆனால் மான்களை வேட்டையாடலாம். அவன் பூமியை நேசிக்கிறான். ஆனால் நாம் பூமி பூஜை பண்ணுகிறோம். பூமியை தாயாய் மதிப்பதாகச் சொல்லிக் கொள்கிறோம். ஆனால் பூமி பூஜை போடுவதே நூறு மரங்களை வெட்டி அடுக்கு மாடி வீடுகளைக் கட்டவும், ஆழ்துளைக் கிணறுகளைத் தோண்டுவதற்காகவும்தான்! ஆழ்துளைக் கிணறுகள் பூமிக்கு எவ்வளவு கேட்டை உருவாக்கும்!

இதெல்லாம் உடலோடு தொடர்புடைய விஷயங்களாக இருந்தாலும், நான் இன்னும் இரண்டு விஷயங்களைப் பற்றிப் பேச வேண்டும் என்று நினைக்கிறேன். ஒன்று, நடிகைகளின் பாலியல் சுதந்திரம் பற்றியது. இன்னொன்று பாலியல் சார்ந்த தமிழ்ப் பெண் எழுத்து. நடிகைகளின் வாழ்க்கையைப் பொறுத்தவரையில், இது யாராலும் பேசப்படாத விஷயமாகவே இருக்கிறது. சிலுக்கு ஸ்மிதா சொல்வாங்க, சினிமா இன்டஸ்ட்ரியில் எல்லோரும் என்னைத் திமிர் பிடிச்சவன்னு சொல்றாங்க; ஏன்னா நான் கால் மேல் கால் போட்டு உட்காருவேன். என் காலை என் காலின்

மீதுதானே போட்டுக் கொள்கிறேன்? உங்களுடைய தோள் மீது போடவில்லையே? உங்கள் காலை உங்கள் கால் மீதுதானே போட்டுக்கிறீங்க என்று கேட்டேன். இதுக்காக எனக்கு கெட்ட பேர். விஷயம் என்னவென்றால், வேறுமாதிரி உட்கார்ந்தால் ஜட்டி தெரியும். ஆரம்பத்திலிருந்தே எனக்கு இது மாதிரியான ஆடைகளைத்தானே கொடுத்து வந்திருக்கிறார்கள்? இது சிலுக்கு ஸ்மிதா சொன்னது.

அதே மாதிரி இன்னொரு நாள் மக்களுடைய அறியாமை பற்றிச் சொல்லும்போது ஒரு சம்பவம் சொன்னார் சிலுக்கு ஸ்மிதா. ஆந்திராவில் ஒரு காட்டுக்குள் ஷூட்டிங். அப்போது நடிகர் நடிகைகள் பயன்படுத்தும் கேரவன் எல்லாம் கிடையாது. அந்தக் காட்டுக்குள் மறைவான கழிப்பிட வசதி என்று எதுவுமில்லை. அப்போது சிலுக்கு ஸ்மிதா ரொம்பவும் பிரபலம். இவங்களுக்கு யூரின் போகணும். கிட்டத்தட்ட ஒரு கிலோ மீட்டர் தூரம் நடந்து போன பிறகு ஒரு பழைய உயரமான சுவர் இருந்திருக்கிறது. அதில் ஒதுங்கி சிறுநீர் கழித்துவிட்டு எழுந்து பார்த்தால் அந்தச் சுவரில் பத்து பதினைந்து பொடியன்கள் அவங்க யூரின் போறதையே பார்த்துக் கொண்டிருந்திருக்கிறான்கள். நான் இதை எதற்குச் சொல்கிறேன் என்றால், அதே சுவர் மறைவில் ஒரு சாதாரண பெண் யூரின் போனால் அதை அந்தப் பொடியன்களுக்குக் கும்பலாகப் பார்க்கத் தோன்றியிருக்குமா? நடிகையின் யோனியைப் பார்க்கிற ஆர்வம் எல்லா பொது ஆண்களிடமும் இருக்கிறது. அப்புறம் அவங்க தற்கொலை செய்து கொண்ட போது மார்ச்சுவரியில் க்யூவில் நின்று அவங்க உடம்பைப் பார்த்தாங்களாம்.

நடிகைகள் சிசிச்சைக்கு வரும்போது, அவர்களைத் தொட்டுப் பார்க்கும் ஆசை மருத்துவமனையில் உள்ள எல்லா டாக்டர்களிடமும் இருக்கிறது என்று ஒரு லேடி டாக்டரே என்னிடம் வருத்தத்தோடு சொன்னார். இது ஒருபுறம் இருக்க, ஒரு நடிகையின் செக்சுவல் டிசையர், அவளுடைய விருப்பு வெறுப்புகள் இதற்கெல்லாம் இங்கே எந்த வடிகாலும் இல்லை. ஒரு நடிகை இன்னொரு ஹீரோவுடன் செக்சுவல் உறவு வைத்துக் கொள்வது தொழில் ரீதியானது மட்டும்தான் என்று நான்

நினைக்கிறேன். ஆத்மார்த்தமாகவும், மனதுக்குப் பிடித்தவனோடும் அவர்களால் பழக முடியாமல் போகிறது.

இது போல், தமிழகப் பெண் எழுத்து சார்ந்த அறிவு ஜீவி உலகைப் பற்றிச் சொல்வதென்றால் எனக்கு நீண்ட நாட்களாக உறுத்தலாக இருக்கும் விஷயம் ஒன்று உண்டு. சில பெண்கள் பெண் விடுதலையின் அடையாளமாக சிகரெட் குடிப்பது. ஆண்கள் சிகரெட் குடிப்பதால் பெண்களும் சிகரெட் குடிக்கும் வேடிக்கை இருக்கிறது பாருங்கள், அது பெரிய காமெடி. கஷ்டப்பட்டு புகையை உள்ளே இழுக்கவும், அதை வெளியே விடுவதற்கு அவர்கள் படும் சிரமமும் இருக்கே, அதைத்தான் சொல்றேன். ஏன் அப்படி ஒரு பாவனை?

சிகரெட் குடிப்பதால் உடல் நலத்துக்கு கேடுங்கறது ஒரு பக்கம் இருக்கட்டும். கேடுங்கறது ஆணுக்கும் பெண்ணுக்கும் பொதுவான கேடுதானே? ஒரு பெண் சிகரெட் குடிப்பதை நான் வரவேற்கிறேன்; அது அவர்களின் தனிப்பட்ட விஷயம். ஆனால் பாவனையாக எதுக்குக் கஷ்டப்பட்டு குடிக்கணும்? இந்த போலித்தனம் மேலும் மேலும் பெண் சிந்தனையை பின்னுக்குத் தள்ளிவிடுமே தவிர, அதனால் ஒரு உபயோகமும் இருக்காது. அதேபோல் ஒரு ஆண் தன்னுடைய குறி பற்றி எழுதுகிறான். அவனுடைய செக்ஸ் வெளிப்பாடு, கிளர்ச்சிகள், தேவைகள் பற்றி எழுதுகிறான். அதனால் நானும் என்னுடைய யோனி பற்றி எழுதுவேன்; என்னுடைய கிளர்ச்சிகள் பற்றி எழுதுவேன் என்று எழுதுகிறார்கள். அம்மாதிரி எழுத்தை நான் ஆதரிக்கிறேன். தமிழில் erotic பெண் எழுத்து இன்னும் வரவில்லை என்கிற ஆதங்கம் எனக்கு உண்டு. அதனால் நீங்கள் எழுதுங்கள்; நான் வரவேற்கிறேன். ஆனால் பெரும்பாலான பெண் எழுத்தாளர்கள் இதை மட்டுமே எழுதிக் கொண்டிருக்கிறார்கள். என்னுடைய எழுத்தில் நான் பாலியலை சேர்த்துக்கொண்டாலும், அதை மட்டுமே சுற்றிச் சுற்றி வருவதில்லை. ஒரு கட்டத்தில் அதை நான் மீறிச் சென்று விடுகிறேன்.

ஜமீலா, உங்களுடைய சுயசரிதையில் பல இடங்களில் நீங்கள் உங்களுடைய வாடிக்கையாளர்களைப் பார்க்கும்போது,

"பாவமாக இருக்கிறது; அவர்களின் நிலை பரிதாபமாக இருக்கிறது" என்று எழுதியிருக்கிறீர்கள். செக்ஸ் என்னும் பெருங்கதையாடலில் ஒடுக்கப்பட்ட நபர்களின் அனுபவங்களைப் பதிவு செய்திருக்கிறீர்கள். அப்படி எந்த விதமான பதிவும் இங்கு பெண்ணியம் பேசும் பெரும்பாலான பெண் எழுத்தாளர்களிடம் இல்லை. இவர்களுடைய எழுத்தில் கையாளப்படும் பாலியல் வெறும் பாவனையாக மட்டுமே எஞ்சுகிறது. மீண்டும் மீண்டும் இதை நான் அடிக்கோடிட்டு வலியுறுத்திச் சொல்ல விரும்புகிறேன். ஒரு பெண் பாலியல் பற்றி எழுதுவதை எதிர்க்கும் பத்தாம்பசலி நான் அல்ல. மாறாக, இந்தப் பெண் எழுத்தாளர்களின் பாலியல் வெறும் பாவனை மட்டுமே என்பதையே நான் தொடர்ந்து வலியுறுத்துகிறேன்.

உதாரணமாக, ஒரு ஆடவன் இவர்களிடம் வந்து, "உங்களோடு நான் செக்ஸ் வைத்துக் கொள்ள வேண்டும்" என்று கேட்டால், இந்தப் பெண்ணிய எழுத்தாளர் அவனை போலீஸில் பிடித்துக் கொடுத்து விடுகிறார். அந்த ஆண் ஒரு சக எழுத்தாளன். அவன் ஒரு செக்ஸ் பிச்சைக்காரன். அவன் கேட்பது ஒரு பிச்சை, நீங்களோ கோடீஸ்வரி. உங்களுடைய தேகமே உங்களுடைய செல்வம். அந்த செல்வத்தை அந்தப் பிச்சைக்காரன் கொஞ்சம் யாசிக்கிறான். நீங்களோ அவனை போலீஸுக்கு போன் போட்டு பிடித்துக் கொடுக்கிறீர்கள். இதனால்தான் யோனி பற்றியும், காமக் கிளர்ச்சி பற்றியும் இவர்கள் எழுதுவது ஒரு பாசாங்கு என்கிறேன் நான்.

எதை எழுதினாலும் அதன் அடிப்படையாக இருக்க வேண்டியது அன்பும், மனித நேயமும். இந்த அன்பையும், மனித நேயத்தையும் உங்களுடைய சுயசரிதையில் நான் பார்த்தேன் ஜமீலா. அதனால்தான் உங்களுடைய புத்தகத்தை நான் சேகுவேராவின் பொலிவிய நாட்குறிப்புகளோடு ஒப்பிட்டேன்.

சேகுவேரா என்ன சொன்னான்? "The revolution is based on love and not hate. If I were to act under the influence of hate, I would only be a mercenary, not a revolutionary." "புரட்சியின் அடிப்படை அன்பு; வெறுப்பு அல்ல. வெறுப்பின் அடிப்படையில் நான்

செயல்பட்டேன் என்றால் நான் ஒரு புரட்சியாளன் அல்ல; வெறும் அடியாள்."

இங்கே உள்ள பெரும்பாலான பெண் எழுத்தாளர்களின் எழுத்து வெறுப்பினால் பிதுங்கித் தெறித்துக் கொண்டிருக்கிறது, like obesity. இது ஒரு நோய். இதனாலேயே இவர்கள் வெறும் அடியாட்களாகவும், கூலிப் படையினராகவும் சிறுத்துப் போய் விட்டார்கள்.

உங்களுடைய எழுத்தில் இந்த வெறுப்பு இல்லை ஜமீலா. ஒரு அன்பான காம தேவதையைப் போல் நீங்கள் ஆண்களை அரவணைத்துக் கொள்கிறீர்கள்; முத்தங்களை வாரி வழங்குகிறீர்கள். மாறாக, இங்கே பெண் எழுத்தாளர்கள் எழுதும் பாலியல் வெறும் கோஷமாகவும், வேஷமாகவும் மட்டுமே இருக்கிறது. சாலையோரத்தில் புணர்ச்சியில் ஈடுபட்டிருக்கும் இரண்டு நாய்களைப் பார்த்து காறித் துப்பி, கல்லால் அடிக்கும் பெண்களின் மனநிலையில்தான் மேற்கண்ட புரட்சிப் பெண் எழுத்தாளர்களும் இருக்கிறார்கள். இதுதான் இவர்களுடைய உண்மையான உருவம். இவர்கள் எழுதும் பாலியல் ஒரு மாஸ்க். அவ்வளவுதான்.

நளினி ஜமீலா :

ஆனால் என் எழுத்து பற்றி உங்களுக்குத் தெரியும்... அதற்கு கேரளாவில் எப்படிப்பட்ட எதிர்வினை வந்தது தெரியுமா? முகுந்தன், ராகவன் மாஸ்டர் எல்லோரும், "இனி மீன் பிடிக்கிறவனும், பாலியல் தொழிலாளியும்தான் இலக்கியம் எழுதுவாங்க" என்று சொன்னார்கள். என் எழுத்துக்கு கேரளாவில் கடும் எதிர்ப்பு இருந்தது. ஒரு காலத்தில் கேரளாவில் ஷகிலா மேனியா இருந்தது. வேறு யார் நடித்த படமும் ஓடவில்லை. அப்போது கேரள அறிவுஜீவி ஆண்மை கொதித்த கொதிப்பு இருக்கு பாருங்க; அது மிகவும் பயங்கரம். முன்னணி நடிகர்களெல்லாம் ஒவ்வொரு தியேட்டராகப் போய், "ஷகிலா படத்தை ரிலீஸ் பண்ணாதீங்க" என்று சொல்லி எதிர்ப்புத் தெரிவித்தார்கள். அதேபோல் என்னுடைய எழுத்துக்கும் கடும் எதிர்ப்பு எழுந்தது. ஆனால் அப்போது எனக்கு ஆதரவாக

வந்தது எழுத்தாளர் புனத்தில் குஞ்ஞப்புதான்.

என்னை எதிர்த்த எழுத்தாளர்கள் எல்லோருக்கும் நான் பதில் சொன்னேன். "ஐயா, எனக்கு இப்போது காமவெறி எல்லாம் கிடையாது. எழுதித்தான் தினம் தினம் பத்து கஸ்டமர்களை கரெக்ட் பண்ணணும் என்கிற ஆசையும், தேவையும் கூட கிடையாது. பணம் தேவை இருக்கு. ஆனால் அதை எழுதி பாலியல் தொழிலை விருத்தி பண்ண வேண்டிய அவசியம் எனக்குக் கிடையாது. என்னுடைய நிர்வாணமெல்லாம் பல நூறு பாலியல் தொழிலாளிகளின் நிர்வாணம் மாதிரி பார்த்துப் பார்த்துப் பழக்கப்பட்டதுதான். அதுபோல், என் எழுத்தில் யோனியின் வாசனை இருக்குமா என்ன? மீன் பிடிக்கிறவன் எழுத வந்தால் அந்த எழுத்தில் மீன் வாடையா அடிக்கும்? எழுதுவதற்கு அறிவு வேண்டும் என்று சொல்வது மிகவும் தவறு. எனக்கு என்ன அறிவு இருந்தது? எல்லோரும் எழுத வரட்டுமே? யாருக்கு என்ன எழுத்து வேண்டுமோ, அதை எடுத்துக் கொள்ளட்டுமே?

ஒரு தடவை மலையாள எழுத்தாளர் டி.பத்மநாபன் "சாகித்ய அக்காடமியில் காளமுண்டமார் அதிகம் பேர் இருக்காங்க" என்று எழுதினார். அதாவது, குள்ளன்மார் இருக்காங்க என்று அர்த்தம். அதாவது, புனத்தில் குஞ்ஞப்பு குள்ளமாக இருப்பார். பவித்ரன் டி.குன்னி என்றொரு மீன்பிடித் தொழிலாளி கவிதை எழுதுகிறார்; அவரும் குள்ளமாக இருப்பார். இதை எல்லாம் மனதில் வைத்து அப்படிச் சொன்னார்.

இது எவ்வளவு கேவலமான வார்த்தை பாருங்கள்! எழுத்தை பிராமணீயம் என்கிற அளவுகோலை வைத்துப் பார்ப்பது எவ்வளவு மோசமான வன்முறை! என்னைப் பொறுத்தவரையில் நான் சமத்துவத்துக்காகப் போராடுகிறேன்; சுதந்திரத்துக்காக அல்ல. பெண் சுதந்திரம் என்று சொல்லும் போது அப்படிச் சொல்பவர்களுக்கு எந்த இடத்தில் சுதந்திரம் என்பதே தெரியாமல் இருக்கிறது. அதனால்தான் சுதந்திரத்துக்கு பதிலாக சமத்துவம் என்ற சொல்லைப் பயன்படுத்துகிறேன். சமூகத்தை ஆணுக்கும் பெண்ணுக்கும் பொதுவாகப் பங்கிடுவது என்பதே நீதியாக

இருக்கும் என்று நான் நினைக்கிறேன். அது போன்றதொரு விஷயம் தான் எழுத்தில் பேசப்படும் சமத்துவம்.

மலையாளத்தில் என்னுடைய நூலை ஐ.கோபிநாத் முதலில் எழுதினார்; பின்னர் அதைத் திருத்தி ஜெயதேவிகா எழுதினார். உடனே சொன்னார்கள், கோபிநாத் ஆணாக இருந்ததால் இந்த நூலை ஜெயதேவிகாவுக்கு ஜமீலா கொடுத்தாங்க என்று. உண்மையில் ஜெயதேவிகாவை எனக்கு யார் என்றே தெரியாது. கேள்விப்பட்டதுகூட இல்லை. இதெல்லாம் எனக்கு தப்பாகத் தெரிவது ஏன் தெரியுமா? ஆண் எழுதினால் அது ஆண் எழுத்து; பெண் எழுதினால் அது பெண் எழுத்து. அப்படி யென்றால் ஜமீலாவின் எழுத்தை என்னவென்று சொல்வீர்கள்? லெஸ்பியன் எழுத்து என்று சொல்ல முடியாது. ஏனென்றால், நான் லெஸ்பியன் கிடையாது. அதற்கு விரும்பவுமில்லை. நீங்கள் ஆண் எழுத்து எழுதினால் நாங்கள் பெண் எழுத்தை எழுதுவோம் என்று பல பெண் எழுத்தாளர்கள் எழுதுகிறார்கள். என்ன ஆயிற்று? எழுதி எழுதிச் சோர்ந்து போனார்கள். பரிதாபமாக இருக்கு.

எய்ட்ஸ் வகுப்பெடுக்க நான் போவேன்; அங்கே வகுப்பில் பாடம் நடத்தும் போது முதலில் குறியை வரைந்து பின்னர் யோனியை வரைவார்கள். அதுதான் சட்டம். யாராக இருந்தாலும் அப்படித்தான் வரையணும். அப்போது, நான் முதன்முதலாக வகுப்பெடுக்கப் போயிருந்தேன். எனக்கு வரையத் தெரியாது. ஆனால் யோனி எப்படி இருக்கும், ஆண்குறி எப்படி இருக்கும் என்று என்னால் சரியாகச் சொல்லிவிடமுடியும். நான் போர்டில் சில கோடுகளைக் கிழித்து ஆண் குறியும் யோனியும் வரைந்தேன். என்னுடைய படத்தைப் பார்த்த டிரெயினர், "நளினி ஜமீலாவுக்கு கூட லிங்கம்னா வெறுப்பா இருக்கு" என்றார். ஏனென்றால், நான் ஆண்குறியை நன்றாக விரைத்து நிற்கிற மாதிரி வரைந்திருந்தேன். உணர்வில்லாமல் இருக்கும் போது லிங்கம் சோர்ந்து போய் கிடக்கும் இல்லியா? அப்படி வரைய வேண்டும் என்று நினைத்து அப்படிச் சொன்னார் அவர். நான் அவரிடம், "நான் ஒண்ணு சொல்ல அனுமதிப்பீங்களா?" என்று அனுமதி கேட்டுப் பேசினேன். "விருப்பம் இல்லாததால் நான்

ஆயுதம் மாதிரி வரைந்து வைத்ததாக நீங்கள் சொன்னீர்கள். நான் வரைந்தது மூன்றரை இன்ஞ்ச் குறிதான்; ஆனால் அது விரைத்த குறி மாதிரி என் மனதில் இருந்ததை வரைந்தேன். நீங்கள் கற்பனை பண்ணி அதற்கு வேறு காரணங்கள் கற்பித்துக் கெடுத்து விடாதீர்கள்."

சாரு நிவேதிதா :

மதுபான இரவு விருந்துகளின்போது நான் நிறைய தமாஷ் பண்ணுவேன். அப்படி ஒரு விருந்தின்போது யோசித்தேன், எழுத்தாளர்களுக்கும் சினிமா நடிகர்களுக்குமான ஒற்றுமை குறித்து ஒரு பட்டியல் போட்டால் என்ன என்று. பழைய சினிமா நடிகர் ரங்காராவ் "கல்யாண சமையல் சாதம் காய்கறிகளும் பிரமாதம்" என்று உணவுப் பொருட்களை எல்லாம் விரித்து வைத்து வாயில் ஒவ்வொன்றாக எடுத்து போடும் போது எனக்கு எழுத்தாளர் சுந்தரராமசாமி ஞாபகம் வந்தார். அதுபோல ஜெயமோகனை நினைக்கும் போது எனக்கு ரஜினி ஞாபகம் வரும். நாகார்ஜுனனைப் பார்க்கும் போது ரகுவரன் ஞாபகம் வரும். உடனே நண்பர்களும் ஆளுக்கொரு பெயரைச் சொன்னார்கள். பிரான்சில் இருந்து வரும் எக்ஸில் இதழுக்கு அந்தப் பட்டியலை அனுப்பி வைத்தேன். ஆனால் கமல்ஹாசன் என்று வரும் போது சண்டையாகி விட்டது. நான் என்னை கமல் என்றேன். இந்தப் பட்டியல் எக்ஸில் பத்திரிகையில் வெளிவந்ததும் லஷ்மி மணிவண்ணன் காரசாரமாக ஒரு கடிதம் எழுதினார் இவர் கமல் அல்ல; கார்த்திக் என்று. அதேபோல் பெண் எழுத்தாளர்களுக்கும் இப்படி பிரபலங்களோடு ஒப்பிட்டு ஒரு பட்டியல் போட முடியுமா என்று யோசித்து எழுதினேன். இதற்கு எதிர்வினையாக ஒரு பெண் எழுத்தாளர் என் வீட்டு விலாசத்துக்கு பீயைத் துடைத்து தபாலில் அனுப்பி வைத்திருந்தார். படத்தின் பெயர்களை எழுத்தாளர்களுக்குப் பொருத்தியது ஒரு சாதாரண பகடி. ஒரு பகடியைக் கூட எதிர்கொள்ள முடியாமல் பீயை வாரி அடிக்கும் மனநிலையை என்னவென்று சொல்வது?

மேற்கண்ட பட்டியல் ஒரு பத்திரிகையில் வெளிவந்ததும்

'பாதிக்கப்பட்ட' பெண் எழுத்தாளர்களெல்லாம் என் வீட்டுக்கு வந்து போராட முடிவு செய்தார்கள். நானும் எல்லோருக்கும் அட்ரஸ் கொடுத்துவிட்டு, வருகிறவர்களுக்கு லட்டு கொடுக்கலாம் என்று காத்திருந்தேன். என்ன நினைத்தார்களோ யாரும் வரவில்லை. இதுக்குப் போய் மெனக்கெட்டு மலத்தைத் தூக்கி பார்சல் பண்ணி தபால் அலுவலகத்துக்கு கொண்டு போய் அனுப்பியிருக்கிறார், பாருங்கள். இதை என்னவென்று சொல்வது? அந்த மலத்தை நான் சுமந்த நேரத்தை விட அதை அனுப்பிய பெண் எழுத்தாளர் சுமந்த நேரம் அதிகம். இப்போது நினைத்துப் பார்த்தாலும் அந்த மலம் அனுப்பிய பெண் எழுத்தாளரைப் பற்றி பரிதாப உணர்வு மேலிடுகிறது. ஒருவர் பீயைப் பேண்டு அதைத் தாளில் எடுத்துச் சென்று முகவரி எழுதி ஸ்டாம்ப் ஒட்டி, அந்தப் பார்சலுக்குப் பல தபால் ஊழியர்கள் முத்திரை குத்தி, தபால் வேனிலிருந்து அந்தப் பீ ரயிலுக்கு மாற்றப்பட்டு சென்னை நகரம் வந்து சேர்ந்து, இங்கேயுள்ள தபால் நிலையத்துக்கு ஒரு வேனில் பயணப்பட்டு, ஒரு குறிப்பிட்ட போஸ்ட் ஆஃபீஸ் வந்து சேர்ந்து கட்டுகள் பிரிக்கப்பட்டு பீ பார்சலில் மீண்டும் முத்திரை குத்தப்பட்டு அதை ஒரு துரதிர்ஷ்டசாலியான போஸ்ட்மேன் என் வீடு வரை சைக்கிளில் சுமந்து வந்திருக்கிறார். எத்தனை பேரை மனித மலம் சுமப்பவர்களாக ஆக்கியிருக்கிறார் அந்தப் பெண் கவிஞர்! மேலும், உலக வரலாற்றில் இவ்வளவு தூரம் தபாலில் பயணம் செய்த பீ அந்தப் பெண் கவிஞரின் பீயாகத்தான் இருக்கும்! கவிதைகளைத் தபாலில் அனுப்பிக் கொண்டிருந்த கவிஞர் பீயையும் அனுப்ப வேண்டி வந்ததை நினைத்து சிரிப்பதா அழுவதா என்று தெரியவில்லை எனக்கு. 30 ஆண்டுகளுக்கு முன்பு மு.ராமசாமி தனது 'விழிகள்' என்ற பத்திரிகையில் 'தமிழ்ப்பீ' என்று எழுதினார். இப்போது இது ஒரு கவிதைப்பீ!

மேலும், பல பெண் எழுத்தாளர்களின் கவிதைகளில் வரும் யோனி என்ற சொல்லை எடுத்து விட்டு ஆண் குறி என்ற சொல்லைப் போட்டு விட்டால் போதும்; அது ஒரு ஆண் எழுத்தாகவே இருக்கும். யோனிக்கு பதிலாக புடைத்து நிற்கும் ஆண்குறி "இந்தா நிக்கிறேன் பாரு" என்கிற மாதிரி தெரிகிறது. திட்டமிட்டு அதிர்ச்சியை ஏற்படுத்த முயற்சி செய்கிறார்கள்.

ஆனால் பாவம், அதிர்ச்சிக்குப் பதிலாக நமக்குச் சிரிப்புத்தான் வருகிறது.

சமீபத்தில் மசனக்குடியில் போய் தனியாக இருந்தேன். அடர்ந்த காடு. இரவில் வெளியே போன போது குட்டி யானைக்குத் துணையாக தாய் யானை இரண்டும் ஜோடியாக சாலையோரத்தில் நின்று கொண்டிருந்தன. இப்படி தாயும் சேயுமாக பல ஜோடிகள் தென்பட்டன. அந்த வனப் பணியாளரிடம் விபரம் கேட்டதற்கு "அடர்ந்த காட்டில் யானை கொசு இருக்கும். அது கடித்தால் குட்டி யானை இறந்து போகும். அதனால் அந்தக் குட்டியானை கொஞ்சம் பெரிதாக வளரும் வரை காட்டின் சாலையை ஒட்டிய பகுதியிலேயே தாய் யானை தன் குட்டியைப் பாதுகாத்து வளர்க்கும்" என்றார். இந்த ஜீவராசிகளிடம் என்ன ஃபெமினிசம் இருக்கு? எப்படி ஒரு ஆடவனால் குழந்தையை வளர்க்க முடியும்? பயலாஜிக்கலாகவே அவன் குழந்தை வளர்ப்பில் தகுதியற்றவனாக இருக்கிறானே? பயலாஜிக்கலாக மட்டுமல்ல; சைகலாஜிக்கலாகவும் குழந்தை வளர்ப்பிற்கு ஆண்கள் தோதான ஆட்கள் கிடையாது. அது போல் ஆண் எழுத்தாளர்கள் பெண் பெயரில் எழுதக் கூடாது என்று சொல்கிறார்கள். ஏன் எழுதக் கூடாது? நான் ஒரு பெண்ணாக மாற நினைக்கிறேன்; பெண்ணாக வாழ நினைக்கிறேன்; இப்படி எனக்குள் ஒரு நிறைவேறாத ஆசை இருக்கிறது; அதனால் நான் பெண் பெயரில் எழுதுகிறேன்.

நளினி ஜமீலா :

பெண்ணாக இருக்க ஆசைப்படுவதாக சொல்லும் நீங்கள் Gayயாக இருக்க ஆசைப்படுவதாகச் சொல்வீர்களா?

சாரு நிவேதிதா :

எப்படி ஜமீலா சொல்ல முடியும்? நான் ஓரினச் சேர்க்கை யாளர்களான ஆண்களுக்கு தார்மீக ஆதரவு கொடுப்பேன். அதில் எந்தவிதச் சந்தேகமும் வேண்டாம். நான் Gayயாக இருக்கவேண்டும் என்றால் அது சாத்தியமில்லை. காரணம், நான் ஒரு செக்ஸ் பிச்சைக்காரன். வாழ்க்கை முழுக்க பெண்களே கிடைக்காத, பெண் வாசனையே தெரியாத பிச்சைக்காரன். அந்த

மாதிரி ஆளிடம் போய் நீ Gayயாக இரு என்று சொல்வதே ஒரு வன்முறைதான். நான் ஒரு சபிக்கப்பட்டவன். என்னுடைய வாழ்க்கையில் பெண்களே கிடையாது. அதனால் பெண் மீதான ஏக்கம் இயல்பாகவே என்னிடம் மிகுந்து கிடக்கிறது. அதைத் தவிர என்னுடைய தனிப்பட்ட விருப்பம் என்ற ஒன்றும் இருக்கிறதல்லவா? ஒரு ஆண் வந்து என்னுடைய தோளைத் தொட்டாலே எனக்குப் பிடிக்காது. ஐரோப்பாவில் அப்படி இருக்கிறார்கள் என்றால் அவர்கள் மனரீதியாகவே பெண்களால் சோர்வடைந்து விட்டார்கள். இதை எப்படிப் புரிந்து கொள்ள வேண்டும் என்றால் ஒரு கோடீஸ்வரன் கிழிந்த சட்டையைப் போடுவதைப் போல. உதாரணமாக, எம்.எஃப்.ஹுசேன் ஷூக்கள் அணியாமல் வெறும் காலில் நடக்கிறார் அல்லவா? ரஜினிகாந்த் கிழிந்த சட்டை போடுகிறார் அல்லவா? அதைப்போன்ற ஒரு மனநிலை. அவர்களுக்குப் பெண்கள் திகட்டி விட்டார்கள். அவர்களுக்குப் பெண்கள் அலுத்துப் போயிருக்கலாம். இந்த விஷயத்தில் நம்முடைய சமூகத்தைப் போல் சபிக்கப்பட்ட சமூகம் வேறு எங்கும் இருக்கமுடியாது என்று நினைக்கிறேன். நான் 16 வயது வரைக்கும் ஆண்களும் பெண்களும் சேர்ந்து படிக்கும் ஸ்கூலில்தான் படித்தேன். ஆனால் அங்கெல்லாம் ஒரு பெண்ணுடன் பழகுவது என்பதைக் கற்பனைகூட செய்து பார்க்க முடியாது.

கல்லூரிக்கு வந்தால் நிலைமை இன்னும் மோசமாக இருந்தது. ஒரு பெண்ணுடன் சுதந்திரமாகப் பேச முடியவில்லை. தோளில் கை போட்டுக் கொண்டு நடக்க முடியவில்லை. பெண்ணை தாயாகவும் தெய்வமாகவும் மதிக்கிறோம். ஆனால், அதுதான் பெண் பிரிவினையின் உச்சமாக இருக்கிறது. நாங்கள் மட்டும் என்ன மண்ணையா தின்னுவோம் எனப் பல ஆண் குரல்கள் நெடுங்காலமாக கேட்டுக் கொண்டிருக்கின்றன. இப்படியான வறண்ட பூமியிலிருந்து கொண்டு இந்தச் சமூகத்தில் gayயாக இருக்க விரும்புவீர்களா? சாத்தியமேயில்லை. ஆனால் அதே சமயம் பெண்பால் ஓரினச் சேர்க்கையாளர்களின் லெஸ்பியனிசம் என்பது ஒரு நல்ல மாற்றுச் சிந்தனை. ஆணாதிக்கத்திற்கெதிரான ஒரு காத்திரமான அரசியல் செயல்பாடு அது. இந்த முடமான உறவுகளுக்கெதிரான ஒரு எதிர் அரசியல் ஆயுதமாக

லெஸ்பியனிசத்தை நான் பார்க்கிறேன். அதனால் அதை நான் வரவேற்கிறேன். முழுக்க முழுக்க பெண்கள் ஆண்களைச் சார்ந்திருக்காமல் தங்களின் தேவைகளைத் தாங்களே தீர்த்துக் கொள்ள முடிகிறதென்றால் அது நல்ல விஷயம்தானே? தவிரவும், இங்கு யாரும் யாரையும் கட்டுப்படுத்துவதில்லை. ஆண்களில்லாத உலகத்தை அவர்கள் கற்பனை செய்து கொள்ளக்கூடும். ஆண்களை நிராகரிப்பதால் ஆண்களுக்கு ஒன்றும் கேடு இல்லையே? இதில் பயப்பட என்ன இருக்கிறது? அதனால் இது மிகவும் வரவேற்கப்பட வேண்டிய ஒரு விஷயம்.

நளினி ஜமீலா :

உண்மையான லெஸ்பியன்ஸே கிடையாது சாரு...

சாரு நிவேதிதா :

லெஸ்பியன்களில் உண்மையான லெஸ்பியன், போலியான லெஸ்பியன் என்றெல்லாம் இருக்கா என்ன? எனக்குப் புரியவில்லையே? எனக்கு ஒரு லெஸ்பியனைத் தெரியும். “நீங்கள் எப்படி செக்ஸ் வெச்சுப்பீங்க?” என்று கேட்டேன். அவள், “ஒரு ஆணுறுப்பு மாதிரி ஒன்றை வைத்துக்கொண்டு ஆண் குறிக்கு மாற்றாக வைத்து செக்ஸ் அனுபவிப்போம்” என்று சொன்னாள். சில பேர் கத்தரிக்காயில் கான்டம் போட்டுக்கூட செய்வார்கள் என்றாள். “எதற்கு கத்தரிக்காய்க்கு கான்டம் போடுறீங்க?” என்று கேட்டதற்கு, “அதன் காரணமாக அரிப்பு எதுவும் வந்துவிடக் கூடாதில்லையா? அதனால்தான்” என்றாள். எனக்கு அவள் மேல் மரியாதை இருந்தது. ஏனென்றால், அவள் ஆண்களே வேண்டாம் என்று நினைக்கிறாள். காலம் காலமாக இவ்வளவு கெடுதல் பண்ணின ஒருத்தனை அவள் நிராகரிக்கிறாள். அந்த அரசியல் தேர்வை நான் மதிக்கிறேன்; ஆதரிக்கிறேன்.

நளினி ஜமீலா :

கேரளாவில் நந்து, ஷீலா ஜோடியை உங்களுக்குத் தெரியும். அவர்கள், நான், நீங்கள் எல்லாம் கேரளாவில் சில தடவை சந்தித்திருக்கிறோம். நீதிமன்றத்தின் சட்டப் பாதுகாப்பு அந்த

ஜோடிக்கு இருந்தும் சில வருடங்கள்தான் அவர்களால் சேர்ந்து வாழ முடிந்தது. ஏன் தெரியுமா? ஷீலாவுக்கு ஆண் துணை தேவைப்பட்டது. அதாவது தெளிவாகச் சொன்னால் ஷீலாவுக்கு ஆண் செக்ஸ் தேவைப்பட்டது. ஆனால் நந்துவுக்கு அது தேவைப்படவில்லை. ஏனென்றால், அவரிடமே ஆண் தன்மை மிகுந்திருந்தது. இப்போது பிரிந்து விட்டார்கள். அவர்கள் இரண்டு பேரிடமிருந்தும் நான் கற்றுக் கொண்டது, அவர்கள் முழுமையான லெஸ்பியன்ஸாக இல்லை என்பதுதான். ஷீலாவுக்கு ஆண் துணை தேவை; நந்துவுக்கு ஆண் துணை தேவை இல்லை. இப்படியான உறவு முரண் இருவருக்குள்ளும் ஏற்படும்போதே லெஸ்பியன் வாழ்முறை அல்லது அரசியல் தோற்றுவிடுகிறதே? உண்மையான லெஸ்பியன்கள் முழுக்க முழுக்கப் பெண்களாக மட்டுமே இருப்பார்கள். கர்ப்பப்பையை சாற்றிக் கொண்டு பிள்ளை பெற்றுக் கொள்ளாமல் இன்னொரு பெண்ணோடு சேர்ந்து வாழ்வதுதான் லெஸ்பியன் வாழ்முறை என்று நான் நினைக்கிறேன். அப்படி ஒரே ஒரு லெஸ்பியன் ஜோடியை நான் பார்த்தேன். அதே சமயத்தில் லெஸ்பியன் என்று சொல்லிக் கொண்டு மோசடி பண்ணுகிறவர்களும் இருக்கிறார்கள்.

சிவன் என்றொரு பையனை எனக்குத் தெரியும். அவன் ஒரு Gay. நீங்கள் ஒரு கோடி ரூபாய் கொடுத்தாலும் ஒரு பெண்ணுடன் அவன் படுக்கையைப் பகிர்ந்துகொள்ள மாட்டான். இரண்டு பக்கமும் பார்த்தால் உண்மையான லெஸ்பியன்சும் இருக்காங்க. உண்மையான Gayக்களும் இருக்காங்க. அதுபோல இந்த இரண்டிலும் போலிகளும் உண்டு. இப்போது ஷீலா வேறு ஒரு ஆணை திருமணம் பண்ணிக்கொண்டு போயிட்டாங்க. நந்து அவங்களோட சுயசரிதை எழுதுறாங்க. தன்னை லெஸ்பியன் என்று அழைப்பதிலேயே அவங்களுக்கு இன்று மாறுபாடு இருக்கிறது. இந்த இடத்தில் அரவானிகள் பற்றியும் கொஞ்சம் பேசலாம். ஏனென்றால் இன்றைக்கு அரவானிகளின் பிரச்சினை ஓரளவுக்குத் தன்னார்வ அமைப்புகளால் பேசப்படுகிறது. அவர்களும் பாலியல் தொழிலில் ஈடுபடுகிறார்கள். பாலியல் தொழிலாளர்கள்மீது ஏவப்படுகிற வன்முறையை விட அரவானிகள் மீது ஏவப்படுகிற வன்முறை மிக மோசமாக இருக்கிறது. அவர்கள் வாழக்கையைப் பொறுத்தவரையில்

சில இடங்களில் அவர்கள் விரும்பியே அரவானிகளாக மாறுகிறார்கள். சில இடங்களில் அவர்கள் நிர்ப்பந்தம் காரணமாக மாற்றப்படுவதாகவும் சொல்கிறார்கள். நான் ஒரு விஷயம் கேள்விப்பட்டேன். கல்கத்தாவில் சோனாகச்சிக்கு போனேன் இல்லையா? அங்கே கேள்விப்பட்டேன். 12 வயதில் செக்ஸ் ஒர்க்கராக மாற்றப்பட வேண்டும் என்பதற்காக குத்து விளக்கின் கூர் முனையில் சிறுமிகளின் யோனி படுகிற மாதிரி அமர வைப்பார்களாம். அப்படியெல்லாம் அரவானிகளைப் பற்றியும் நான் கேள்விப்பட்டிருக்கிறேன். செக்ஸ் தொழிலில் பொதுவாக கன்னிப்பெண்ணுக்கே மார்க்கெட் இருக்கிறது; சிலர் லட்சக்கணக்காக இந்த கன்னிப் பெண்களுக்காக செலவு செய்யத் தயாராக இருக்கிறார்கள். அரவானிகள் பற்றி நான் கேள்விப்பட்டதுதான். நேரடி அனுபவம் இல்லை. அதனால் அதை வைத்துக் கொண்டு மட்டும் நான் அவர்களைப் பற்றி பேசக் கூடாது. என்னுடைய இத்தனை வருட பாலியல் தொழில் அனுபவத்தில் ஏராளமாகச் சொல்ல இருக்கிறது. இதையெல்லாம் வைத்துச் சில முடிவுகளுக்கு நான் வந்து விட முடியும். ஆனால் அது என்னளவிலான முடிவாகத்தான் இருக்கும்.

சாரு நிவேதிதா :

அரவானிகள் பற்றி நாம் இன்னும் பேசவே இல்லை. தலித் அரசியல் எழுச்சி பெற்ற போது அது இலக்கியத் தளத்திலும் பிரதிபலித்தது. இன்று ஒரு அரசியல் சக்தியாக அது மாறி யிருக்கிறது. ஆனால் அரவானிகள் மிகவும் ஒடுக்கப்பட்ட நிலையில் இருக்கிறார்கள். அவர்களின் நிலை பாலியல் தொழிலாளிகளை விடவும் மோசமானதாக இருக்கிறது. அவர்களுக்கு எங்குமே மரியாதை இல்லை. தவிரவும் அவர்கள் மீது ஏவப்படும் வன்முறையை இந்தச் சமூகம் ஒரு விதமாக ரசிக்கிறதோ என்று கூடத் தோன்றுகிறது.

மயிலை கபாலீஸ்வரர் கோவிலில் சித்திரைத் திருவிழா நடக்கும் போது அங்கு லட்சக்கணக்கான நரிக்குறவர்கள் திரளுகிறார்கள். பாசிமாலைகள் விற்க அவர்கள் கூடுகிறார்கள். நாடோடி இனமான நரிக்குறவர்கள் கூட இன்று தற்காலிகக்

கூடாரங்களில் கூடி வாழ்கிறார்கள். ஆனால் அரவானிகளின் வாழ்க்கை மிகவும் சபிக்கப்பட்டதாக இருக்கிறது. உலகத்தில் மிக மோசமான விஷயம் பைத்தியம். அதாவது, பெண் பைத்தியம். கடுமையான ஒடுக்குமுறைக்குள்ளாவது இவர்கள்தான். இதற்கு அடுத்தபடியாக கடும் ஒடுக்குமுறைக்குள்ளாவது அரவானிகள். தென் இந்தியாவில் அரவானிகள் கடுமையாக ஒடுக்கப்பட்டு இழிவுபடுத்தப்படுகிறார்கள். ஆனால் வட இந்தியாவில் அரவானிகளைக் கொண்டாடுகிறார்கள். குழந்தை பிறக்கும் வீடுகளுக்கு அரவானிகள் சென்று வந்தால் அது மகிழ்ச்சியான நிகழ்வாகப் பார்க்கப்படுகிறது. அதனால்தான் அவர்களை அங்கே 'ஹிஜிடா' என்கிறார்கள். இன்னொரு பக்கம், மனிதனுக்கு இருக்கும் விதவிதமான பாலியல் தேவைகள். அரவானிகளுடன் செக்ஸ் வைத்துக் கொள்ளும் விருப்பங்கள் கூட சிலருக்கு இருக்கிறது. ஆனால் இதெல்லாம் நம்முடைய கலை, கலாச்சார வெளிப்பாடுகள் எதிலுமே பதிவு செய்யப்படவில்லை. சினிமாவும் தொலைக்காட்சியும்தான் இன்னும் செக்ஸின் ரீப்ளேஸ்மெண்டாக இருக்கிறது. விஜய் டிவியில் வரும் ஜோடி நம்பர் ஒன் நிகழ்ச்சியை நான் ஒரு கலாச்சார Studyயாகவே தவறாமல் பார்த்து வந்தேன்.

அதையெல்லாம் பார்த்தபோது, அதில் செக்ஸைத் தவிர வேறு எதுவுமே எனக்குத் தெரியவில்லை. ஆனால் அதுவும் எல்லோருக்குமானதாக இல்லை. ஒரு உயர் வர்க்கத்தினர் அல்லது உயர் வர்க்கத்தினரை குஷிப்படுத்தும் இன்னொரு செக்டாரின் செக்ஸுவல் வெளிப்பாடாகத்தான் அது இருக்கிறது.

சினிமா பற்றி நாம் சொல்ல வேண்டியதில்லை. ஐரோப்பாவில் இருக்கும் செக்ஸ் பார் பற்றி நாம் பேசுகிறோம். ஆனால் இங்கே சினிமாவிலோ தொலைக்காட்சியிலோதான் செக்ஸை நாம் தேட வேண்டியிருக்கிறது. இதுவரை வந்த தமிழ் சினிமாவில் காதலை நேர்மையாக அணுகிய படமே கிடையாது. ஒட்டுமொத்த தமிழ்ச் சமூகமே கொண்டாடிய "காதல்" படத்தை என்னால் ரசிக்க முடியவில்லை. ஒரு ஸ்கூல் பெண் அந்த ஹீரோவை பார்த்த உடனே வயதுக்கு வருகிறாள். அது காதல் இல்லை; சைல்ட் செக்ஸ். உண்மையான செக்ஸ் பிரச்சினையை ஓரளவுக்கு நேர்மையாகச் சொன்ன படம் என்று "கற்றது தமிழ்"

படத்தைச் சொல்லலாம். "எவ்வளவு காலத்துக்கு மாஸ்டர்பேட் பண்ணிக்கிட்டே இருக்க முடியும்?" என டிவி ஆளிடம் கேட்கிறான் இல்லையா, அது நல்ல கேள்வி. அவனுக்கு ஒரு நல்ல செக்ஸ் பார்ட்னர் கிடைத்திருந்தால் அவன் வேறு மாதிரியான ஆளாக இருந்திருப்பான். தனிமையின் கொடுமைதான் அவனை பீச்சில் இருக்கும் காதலர்களைக் கொல்லத் தூண்டுகிறது.

சிவாஜி படம் பார்த்தேன். ஸ்ரேயா போட்டிருக்கும் டிரெஸ்ஸை பார்த்தபோது ஒரு செக்ஸ் படத்தைப் பார்ப்பது போலவே இருந்தது. ஆனால் இதே சினிமாக்காரர்கள் ஒரு தாய், தன்னுடைய குழந்தைக்கு முலைப்பால் கொடுப்பதுபோல் எடுக்க மாட்டார்கள். எடுத்தால் அது ஆபாசம். சினிமா மட்டுமல்ல; பத்திரிகையும் இப்படித்தான் இருக்கிறது. எந்தத் தமிழ்ப் பத்திரிகையாவது முலை என்ற தமிழ்ச் சொல்லை சகஜமாகப் பயன்படுத்துமா? மார்பகம் என்ற ஒரு சொல்லைப் பயன்படுத்துகிறார்கள். இதைத்தான் நான் ஆபாசமாக நினைக்கிறேன். முலை என்பதைப் போன்ற உடலுறுப்புகள் தொடர்பான சொற்கள் வந்தால் மீடியாக்களால் தடை செய்யப்படும். ஆனால் ஒளிவு மறைவாக எவ்வளவு ஆபாசத்தை வேண்டுமானாலும் எழுதலாம். நீங்கள் முதலில் சொன்ன மஞ்சள் பத்திரிகை கதை மாதிரிதான் இதெல்லாம் இருக்கிறது. புஷ்பா தங்கதுரையின் சிகப்பு விளக்குக் கதைகள் சாவியில் வந்தது. காமாட்டிபுரா போய் அங்குள்ள பாலியல் தொழிலாளிகளின் கதைகளைக் கேட்டு எழுதினார். "இந்தக் கட்டிலில் நாத்தம் தாங்க முடியவில்லை. அவ்வளவு இதை இதில் கொண்டு வந்து கொட்டுகிறார்கள்" என்று ஒரு இடத்தில் வருகிறது. ஆனால் ஒரு இடத்தில் கூட கொண்டு வந்து கொட்டுகிறவர்கள் கட்டிலில் வடித்து வைப்பது விந்து என எழுதுவதில்லை. எழுதினால் அது வெட்டித் தூக்கப்பட்டிருக்கும். இன்றும் அதுதான் நிலை. விந்துக்கு பதிலாக அசிங்கம் என்று எழுதுகிறார்கள். இந்த எழுத்தின் தந்திரத்தைப் பாருங்கள்.

நளினி ஜமீலா :

கோவிலில் இருப்பதே யோனியும் லிங்கமும் தானே? அது யோனியில் ஸ்தாபிக்கப்பட்ட லிங்கம். கிருஷ்ணன் கோவிலில்

கீர்த்தனை பாடுகிறார்கள். அதில், “கோபிகை மாரோட கொங்கை புணர்ந்திருந்த கார் வண்ணனுன்னியே காணும் மாராகணும்” என்று காலையில் பாடுறாங்க. எல்லா கோவிலிலும் புணர்தல் ஒரு பிரிக்க முடியாத அங்கமாக இருக்கிறது. தஞ்சை பெரிய கோவிலில் படங்கள் இருக்கின்றன. ஏராளமான படங்கள். சிற்பத்தின் உச்சம் அது. நமது சமூகமும் கோவிலில் இருந்து விலகி இருக்கவில்லை. கோவிலோடு சேர்ந்துதான் நம் வாழ்க்கை இருக்கிறது. ஆனால் யோனி பற்றியும் முலை பற்றியும் இங்கு எழுத முடியாது. இந்தப் போக்கு கேரளாவிலும் இருக்கிறது. அம்மாதிரி மனோபாவத்தில் இருந்துதான் மீன் பிடிக்கிறவனையும், பாலியல் தொழிலாளியையும் எழுத்திலும், மேடையிலும், இலக்கியத்திலும் ஒதுக்கி வைக்கிற மனோபாவம் எழுகிறது. இதுவும் பாலின வேறுபாடுதான்.

சாரு நிவேதிதா :

கேரளாவில் மலம்புழாவில் காலை அகல விரித்து வைத்திருக்கும் ஒரு பிரம்மாண்டமான யட்சிணியின் சிலை இருக்கும். பார்க்கவே ரொம்ப அழகாக erotic-ஆக இருக்கும். ஆனால் அப்படி ஒரு சிலையை தமிழகத்தில் வைக்க முடியுமா? கேரளா ஓரளவுக்கு இதையெல்லாம் அனுமதிக்கிற சமூகம் மாதிரிதான் தெரிகிறது. நம்முடைய இந்த விவாதம் சினிமாவிலிருந்து துவங்கியது. சினிமா மாதிரி அச்சு ஊடகங்கள் பற்றியும் சில விஷயங்களைப் பேசியாக வேண்டியிருக்கிறது. அதாவது, பொதுச் சமூகத்தில் ஒழுக்கம் இல்லை, எல்லாம் கெட்டுக் கிடக்கிறது என்று கருதும் அச்சு ஊடகங்கள் எப்படி ஆபாசம் ஒன்றையே மூலதனமாகக் கொண்டிருக்கின்றன? அரைகுறை ஆடையில் நடிகைகளின் படங்களை வெளியிடுவதில் பத்திரிகைகளுக்குள் நடக்கும் போட்டி ஒரு பக்கம் என்றாலும், சாதாரண செய்திகளில் கூட ஒரு அரைகுறை ஆடை நடிகையின் படத்தைப் போட்டு விடுவதுதான் இந்த ஆபாசத் தந்திரமாக இருந்து வருகிறது. நீச்சல் போட்டியில் கலந்து கொள்ளும் ஒரு சிறுமியின் படத்தைப் பிரசுரிக்கும்போதுகூட, மெனக்கெட்டு ஒரு படுகவர்ச்சியான படத்தையே எடுத்துப் பிரசுரிக்கிறது பத்திரிகை. இதெல்லாம் புகைப்படங்களின் அரசியல்.

செய்திகளில் காட்டப்படுகிற பாரபட்சங்களைக் கூட நான் ஆபாசம் என்றுதான் சொல்வேன். ஒடுக்கப்பட்ட சமூகத்து மக்களையும் பெண்களையும் சித்தரிக்கிற விதமும், உயர் வர்க்கப் பெண்களைச் சித்தரிக்கிற விதமுமே வித்தியாசமாக இருக்கிறது. பாலியல் தொழிலாளிகளை யாராவது கொலை செய்தால், குடும்பத்தையும் கணவனையும் மீறி காதலிக்கும் பெண்கள் எங்காவது கொலை செய்யப்பட்டால் தன்வினை தன்னைச் சுடும் என்கிற மாதிரி அந்தக் கொலையை நியாயப்படுத்தி எழுதுகிறார்கள். கலாச்சார காவலர்களாக இருப்பது வெறும் அரசியல்வாதிகள் மட்டுமல்ல; பத்திரிகையாளர்களும் கலாச்சார காவலர்கள்தான். நான் எங்காவது ஒரு நடிகையோடு வெளியில் போனால் அதை செய்தியாக்கத் துணிகிறவர்கள் நான் எழுதும் நாவலைப் பற்றி ஒரு வரி கூட எழுத மாட்டார்கள். சமீபத்தில் புதுக்கோட்டை சாந்தி, தோஹாவில் நடந்த விளையாட்டுப் போட்டியில் வெள்ளிப்பதக்கம் வாங்கி வந்தாள். ஒரு தலித் கூலித் தொழிலாளியின் மகள் சாந்தியின் சாதனை செஸ் ஆனந்தின் சாதனையை விடப் பெரியது. ஏனென்றால், அவள் ஒரு கூலியின் மகள்; அதுவும் ஒரு தலித். அந்தப் பகுதியிலிருந்து ஒரு பெண் வெளியில் வருவதே பெரிய விஷயம்; சென்னை வந்த சாந்தியை தமிழக முதலமைச்சர் அழைத்து பதினைந்து லட்சம் கொடுத்து கௌரவித்தார். உலக சாம்பியன் பட்டம் வென்ற செஸ் ஆனந்துக்கு இருபத்தைந்து லட்சம் கொடுத்தார். இதில் விஷயம் என்னவென்றால் சாந்தியின் பாலினம் கேள்விக்குள்ளாக்கப்படுகிறது. தோஹாவில் வெள்ளி வாங்கி வந்தபோது, யாரோ கூட விளையாடப் போனவர்கள் சாந்தியைப் பற்றி போட்டுக் கொடுத்து விட்டார்கள் என்று சொல்கிறார்கள். வெட்கி, கூனிக்குறுகி, பதக்கம் பறிக்கப்பட்டு அவள் தன் கிராமத்துக்கே சென்றுவிடுகிறாள். அவள் எங்கிருந்து வந்தாளோ அங்கேயே துரத்தப்படுகிறாள். பத்திரிகைக்காரனெல்லாம் போய் சாந்தியிடம் கேட்டார்கள்: “நீங்க பெண் இல்லையாமே? ஆம்பிளையாமே?” இது எவ்வளவு பெரிய கேவலம்? உங்கள் வீட்டுப் பெண்களைப் பார்த்து இப்படிக் கேட்டால் உங்களுக்கு எவ்வளவு கோபம் வரும்? இதுவே சாந்தி வேறு ஒரு உயர் சாதியிலே பிறந்திருந்தால் அன்றைக்கு

இந்தப் பாலின வேறுபாடுகளெல்லாம் பின்னுக்குத் தள்ளப்பட்டு அவளைக் கொண்டாடியிருப்பார்கள். இதில் கருணாநிதி நடந்து கொண்ட விதத்தைப் பாராட்டத் தவறக்கூடாது. நான் என்ன கேட்கிறேன் என்றால், சாந்தியின் படுக்கையறைக்குள் எட்டிப் பார்க்கும் உரிமையை இந்தப் பத்திரிகைக்காரர்களுக்கு யார் கொடுத்தார்கள்? இப்படி எத்தனை பேரின் படுக்கையறைக்குள் தினந்தோறும் பத்திரிகைகள் எட்டிப் பார்க்கின்றன?

நடிகைகள், பெண் அரசியல்வாதிகள், சாந்திகள் என உங்களின் செய்திகள் ஆபாசமாகவும், மிக மோசமான வன்முறையாகவும் மாறிக் கொண்டிருக்கிறது. சிலுக்கு ஸ்மிதா பற்றிப் பேசினோம். அவர் இறந்த பின், பிணத்தைக்கூட அம்மணமாகப் பார்க்கும் வக்கிரம் இவர்களிடம் உண்டு. இதை நான் மிகைப்படுத்திச் சொல்லவில்லை. ஒரு தடவை கமலஹாசன் ஒரு பத்திரிகையாளரிடம் சொன்னாராம், “இடுப்புக்கு கீழே இருப்பது சிறுநீர் கழிக்கவும் புணரவும்தான்” என்று. அவர் யாரோடு வாழ்ந்தால் இந்த மீடியாக்களுக்கு என்ன? தொடர்ந்து ஏன் அவரைத் துரத்துகிறார்கள்? ஏன் அவருக்குத் தொடர்ச்சியான காயங்களை ஏற்படுத்துகிறார்கள்? அதன் விளைவுதான் கமலின் இந்த வார்த்தைகள். இந்த வார்த்தைகள் எல்லோருக்கும் பொருந்தும்.

நளினி ஜமீலா :

எண்பதுகளிலிருந்து தொண்ணூறுகள் வரைக்கும் ஒரு சினிமாவில் குறைவான ஆடைகளைப் போட்டு ஆடக்கூடிய நடனம் இருக்கும். அது சிம்பிள் சைக்காலஜிதான். ப்ளூபிலிமை குடும்பத்தோடு போய் பார்க்க முடியாது. அதனால் கொஞ்சம் மென்மையாக அரைகுறை ஆடைகளோடு ஆட்டம் போட்டார்கள். இப்போதும் சினிமாவிலும் தொலைக்காட்சியிலும் அதுதான் நடந்து கொண்டிருக்கிறது. ஆனால் இயற்கையான செக்ஸ் திருப்தி இதிலெல்லாம் கிடைக்க வாய்ப்பில்லை. பேஷன் சானல் 24 மணி நேரமும் வருகிறது. அதில் மிட்நைட்டில் நிர்வாணப் பெண்கள் நடந்து வருவதைப் பார்த்தபடி சுய இன்பம் அனுபவிக்கிறார்கள். இம்மாதிரி சுய இன்பங்களை நான் மானசீகமான - அதாவது

மனதுக்குப் பிடித்த டார்ச்சராக நினக்கிறேன். இது ஒருவிதமான டென்ஷன். ஏனென்றால் தொலைக்காட்சியில் வரும் அந்தப் பெண்ணை தொட்டுப் பார்க்க முடியாது. அப்படியான ஒரு படத்தை நம் மனதில் உருவாக்கி மட்டுமே சுய இன்பம் காண முடியும். லெஸ்பியன் உறவை நான் இயற்கைக்குப் புறம்பான உறவு என்றேன். அது போலத்தான் சுய இன்பமும். என்னுடைய அனுபவத்தில் சுய இன்பம் அனுபவிப்பவர்கள் சமூகத்திலிருந்து விடுபட்டு ஒருவிதமான தன்மையை உணருவார்கள் என்று நினைக்கிறேன். தனிமனிதனாக, தனித்து வாழும் உளவியலை உருவாக்கும் அவன் தன்னை மட்டுமே ஒரு உலகமாக உருவகித்துக் கொள்கிறான். அப்படித்தான் எனக்குத் தோன்றுகிறது. இது இயற்கைக்கு முரணான செயற்கை உறவு. காற்றையும் குளிரையும் கூட எப்படி நாம் செயற்கையாக வாங்கிக் கொள்கிறோமோ அப்படித்தான் சுயபோகமும்.

அப்புறம் தொலைக்காட்சியிலும் சினிமாவிலும் இயற்கையான செக்ஸே கிடையாது. முழு திருப்தியான செக்ஸை தொலைக் காட்சியோ சினிமாவோ தர முடியாது. நீங்கள் சினிமாவைப் பற்றி சொல்லும் போது எனக்கு ஒரு விஷயம் ஞாபகம் வருகிறது. ஆலப்புழையில் இருந்து ஒருவர் என்னுடன் செக்ஸ் வைத்துக் கொள்ள வேண்டும் என்று சொன்னார். அவர் என்னுடைய எழுத்துக்களைப் படித்திருப்பார் என்று நினைக்கிறேன். இப்படி நிறைய பேர் எனக்கு எழுதுகிறார்கள். நான் அந்த வாசகருக்கு எழுதினேன்: “நீங்கள் என்னை நேரில் பார்த்ததில்லை. வெறும் நிழற் படத்தைத்தான் பார்த்திருக்கிறீர்கள். டி.வி.யில் பார்க்கும் ஒரு நடிகையின் பிம்பத்துக்கும் இதற்கும் அதிக வித்தியாசமில்லை. நளினி ஜமீலாவிடம் இந்தப் பிரச்சினைக்கு பதில் இல்லை.” இது எல்லாமே சினிமாவின் மூலமாக நமக்குள் உருவாக்கப்படும் செயற்கையான Consumer ரசனை மனோபாவமே தவிர வேறு எதுவும் இல்லை.

இத்தனை மணி நேரம் விவாதம் நடத்திய பிறகும் நாம் ஏதோ ஒரு வகையில் கலாச்சார ரீதியில் சிக்கிக் கிடப்பது மாதிரிதான் தோன்றுகிறது. என்னுடைய பல ஆண்டு அனுபவங்கள், பாலியல் தொழிலில் நான் கண்டவை, கேட்டவை எல்லாம் சேர்த்து

வைத்து என்னால் ஒரு முடிவுக்கு வர முடிகிறது: பாலியல் தொழிலாளர்கள் ஒரு தனி சமூகம். இதில் பல நூற்றுக்கணக்கான, ஆயிரக்கணக்கான பாலியல் தொழிலாளர்களின் பிரச்சினைகள் அடங்கியிருக்கிறது. சங்கம் அமைக்க உரிமையற்ற ஒரு கூட்டத்தின் முனகல் இது. யாருடைய செவிப்பறைகளையும் இன்னும் எட்டாத கதைகள் எங்களிடம் ஏராளமாக இருக்கிறது. அந்தக் கதைகள் நாங்கள் தொழிலுக்குச் செல்லும் எல்லா படுக்கையறைகளிலும் இறைந்து கிடக்கிறது. அவை அத்தனையுமே முனகல்தான். கடைசியாக நான் சொல்ல விரும்புவதெல்லாம், நாம் இதுவரை பேசிய விஷயங்கள் எல்லாவற்றையுமே ஒரு விவாதம் ஆக்க வேண்டும் என்பதுதான். நூற்றுக்குத் தொண்ணூறு சதம் ஆண்களுக்கு உறவு கொள்ளப் பெண்கள் கிடைப்பதில்லை. நூற்றுக்குத் தொண்ணூற்றைந்து சதம் பாலியல் தொழிலாளர்களுக்கு கஸ்டமர்கள் கிடைப்பதில்லை. எங்களுக்குப் பெண் கிடைக்கவில்லை என்று ஆண்கள் புலம்பித் திரிகிறார்கள். எங்களுக்கு ஆண்கள் கிடைக்கவில்லை என பெண்கள் புலம்பித் திரிகிறார்கள். இது ஒரு சமூக நோய். காலம் காலமாக இயற்கையான உறவுகளை கலாச்சாரக் கோடுகளால் அதிகார வர்க்கம் பிளவுபடுத்தி வைத்ததன் விளைவு. நாம் பேசிய பல விஷயங்களில் நாம் ஒன்றுபட்டோம்; சில இடங்களில் முரண்பட்டோம். ஆனால் இறுதியாக, பாலியல் என்கிற புள்ளியின் பால் பெரும் பேதமாக எழுந்து நிற்கிற உணர்வுகள் களையப்பட வேண்டும்; ஆண் பெண் சமத்துவம் பேணப்பட வேண்டும்; பாலியல் கல்வி தொடர்பான விவாதங்கள் நடந்தேயாக வேண்டும் என்று எனது விவாதத்தை நேரம் கருதி முடித்தாலும் உண்மையில் இந்த விவாதம் முடிவதில்லை. மனிதன் உள்ளவரை, அவனது பாலியல் தேவைகள் தீர்க்கப்படாத வரை இந்த விவாதங்கள் தொடர்ந்து கொண்டே இருக்கும்.

சாரு நிவேதிதா :

நம்முடைய இந்த உரையாடல் தமிழில் நடந்த மிக முக்கியமான விஷயமாகவும், பதிவாகவும் இருக்கும் என நம்புகிறேன். இதைப் பற்றி பேசக்கூட ஒரு சாருவும், நளினி ஜமீலாவும்தான் தேவைப்படுகிறார்கள் என்று நினைக்கிறேன். உண்மையிலேயே

யாரும் பேசத் தயங்குகிற விஷயங்களையே நாம் பேசி யிருக்கிறோம். இங்கே பல பிரச்சினைகளை விவாதித்தோம். இதைப் படிக்கும் வாசகர்கள் கடைசியாக தீர்வு எதுவும் சொல்லாமல் போகிறார்களே என்று நினைக்கக் கூடாது. ஏனென்றால், தீர்வுகளைச் சொல்வது எங்கள் நோக்கமல்ல. நாங்கள் சொல்லவும் முடியாது. இதற்கு அடுத்த கட்டமாக பல விஷயங்களைப் பேசவேண்டியிருக்கிறது. ஆண் பெண் பாலியல், இயல்பான உணர்வில் படிந்திருக்கும் கசடுகளை வெளிச்சமிட்டுக் காட்டுவதே இந்த உரையாடலின் நோக்கம். இந்த ஒட்டு மொத்த உரையாடலின் ஒரு மையமாக ஜமீலா சொன்ன ஒரு கருத்தாக நான் நினைப்பது என்னவென்றால், ஜமீலா சுட்டிக்காட்டியபடி இரண்டு பக்கமும் போதாமைகளும் பற்றாக்குறையும் இருக்கிறது என்பதுதான். ஆண்கள் தங்களின் பாலியல் வடிகால்களை தீர்த்துக் கொள்ள இங்கு வழியே இல்லை. அப்படியானால் பாலியல் தொழிலாளிகளின் கூடங்களும் நிரம்பி வழிய வேண்டுமே? ஜமீலா சொல்லும் விஷயங்கள் அதிர்ச்சியாகவும், இதுவரை சொல்லப்படாத உண்மைகளாகவும் இருக்கின்றன. அதாவது, நூற்றுக்குத் தொண்ணூற்றைந்து பாலியல் தொழிலாளிகளுக்கு வாடிக்கையாளர்கள் கிடைப்பதில்லை என்று ஜமீலா சொன்னது மிகவும் யதார்த்தமான உண்மை என்று நான் ஏற்றுக் கொள்கிறேன். இது தொடர வேண்டிய விவாதம்.

பிற்சேர்க்கை

சில ஆண்டுகளுக்கு முன் நளினி ஜமீலாவுடன் உரையாடிய போது பள்ளி மாணவர்களுக்கு பாலியல் கல்வி தேவையில்லை என்று பேசியிருக்கிறேன். அது இந்த நூலில் பல இடங்களில் பதிவாகி இருக்கிறது. ஆனால் சமீபத்தில் நான் அறிந்த ஒரு சம்பவத்திலிருந்து அக்கருத்தை மாற்றிக் கொண்டு விட்டேன். என் நண்பர் ஒருவர் மகப்பேறு மருத்துவர். அவருடைய மருத்துவமனையில் தினந்தோறும் குறைந்த பட்சம் 20 மாணவிகளுக்கு அவர் டி அண்ட் சி செய்து வைப்பதாகக் கூறினார். மாணவிகளின் வயது 13இலிருந்து 17 வரை. தன்னோடு சேரும் மாணவனிடம் ஆணுறை அணியச் சொல்ல வேண்டும் என்பது கூட அவர்களுக்குத் தெரிந்திருக்கவில்லை. ”ஒரே ஒரு தடவ தானேடி, ஒன்னும் ஆகாது” என்று சொல்லித்தான் பெரும்பாலான மாணவர்கள் உறவு கொண்டு விடுகிறார்கள் என்று அந்த மாணவிகள் சொன்னதாகச் சொன்னார் மருத்துவர். மாணவிகளை அழைத்து வருவது பெற்றோர். இந்த நிலையில்தான் என் கருத்தை மாற்றிக் கொள்ள வேண்டியிருக்கிறது. நளினி ஜமீலா சொன்னபடி பள்ளி மாணவர்களுக்கு செக்ஸ் கல்வி அவசியம்தான் என்பதையே நம் சமூக நிலை உணர்த்துகிறது.

சாரு நிவேதிதா

18.12.1953இல் திருவாரூர் மாவட்டத்தில் திருத்துறைப்பூண்டிக்கு அருகில் உள்ள இடும்பாவனம் என்ற ஊரில் பிறந்தார். வளர்ந்ததும் பள்ளிப் படிப்பும் நாகூரில். கல்லூரிப் படிப்பு காரைக்கால், தஞ்சாவூர், திருச்சி. கல்லூரிப் படிப்பை முடிக்கவில்லை. சென்னையில் ஒரு ஆண்டு சிறைத்துறையில் எழுத்தர் பணி. 1978இலிருந்து 1990 வரை தில்லி நிர்வாகம் - சிவில் சப்ளைஸ் துறையில் ஸ்டெனோ. பின்னர் பனிரண்டு ஆண்டுகள் தமிழ்நாடு அஞ்சல் துறையில் பணி. 2002இலிருந்து முழுநேர எழுத்து.

இகனாமிக் டைம்ஸ் நாளிதழின் அகில இந்தியப் பதிப்பில், 2001 - 2010 என்ற பத்தாண்டுகளின் சாதனையாளர் பட்டியலில் தமிழகத்திலிருந்து இடம் பெற்ற இரண்டு பேர்களில் ஒருவர் சாரு நிவேதிதா.

இவரது நாவல் 'ஸீரோ டிகிரி' Jan Michalski சர்வதேசப் பரிசுக்குப் பரிந்துரைக்கப்பட்டது. ஹார்ப்பர் காலின்ஸ் தொகுத்த, இந்தியாவின் ஐம்பது முக்கிய புத்தகங்களில் ஒன்றாகவும் தேர்ந்தெடுக்கப்பட்டது.

ஆங்கிலப் பத்திரிகைகளில் இவர் எழுதும் கட்டுரைகள் சர்வதேச அளவில் கவனம் பெற்றவை. லண்டனிலிருந்து வெளியாகும் PS Publication-இன் Exotic Gothic தொகுதியில் இவரது Diabolically Yours என்ற பேய்க்கதை ஆங்கிலத்தில் வெளியாகி உள்ளது. தற்சமயம் லண்டனிலிருந்து வெளிவரும் ArtReview Asia என்ற பத்திரிகையில் தொடர் கட்டுரை எழுதி வருகிறார்.

இவரது எழுத்தை ஆங்கில விமர்சகர்கள் விளதிமீர் நபக்கோவ், வில்லியம் பர்ரோஸ், கேத்தி ஆக்கர் போன்ற எழுத்தாளர்களோடு ஒப்பிடுகிறார்கள். உலகின் முக்கியமான transgressive வகை எழுத்தாளர்களில் ஒருவராகக் கருதப்படுகிறார் சாரு நிவேதிதா. தற்போது சென்னையில் வசிக்கிறார்.

ஆசிரியரின் பிற நூல்கள்

நாவல்

1. எக்ஸிஸ்டென்ஷியலிஸமும் ஃபேன்சி பனியனும்
2. ஸீரோ டிகிரி
3. ராஸ லீலா
4. காமரூப கதைகள்
5. தேகம்
6. எக்ஸைல்

ஆங்கிலத்தில் கிடைக்கும் நூல்கள்

1. Zero Degree - Novel
2. Marginal Man - Novel
3. Morgue Keeper - Selected Short Stories
4. Unfaithfully Yours - Collection of Articles
5. Towards a Third Cinema
6. To Byzantium: A Turkey Travelogue

சிறுகதைத் தொகுப்பு

1. கர்னாடக முரசும் நவீன தமிழ் இலக்கியத்தின் மீதான ஓர் அமைப்பியல் ஆய்வும்
2. நேநோ
3. மதுமிதா சொன்ன பாம்பு கதைகள்
4. ஷேக்ஸ்பியரின் மின்னஞ்சல் முகவரி
5. ஊரின் மிக அழகான பெண் (மொழி பெயர்ப்புச் சிறுகதைகள்)
6. முத்துக்கள் பத்து (தேர்ந்தெடுத்த சிறுகதைகள்)
7. Diobolically Yours - Exotic Gothic Vol-2 இல் வெளிவந்த சிறுகதை

நாடகம்

ரெண்டாம் ஆட்டம்

கட்டுரைத் தொகுப்பு

1. கோணல் பக்கங்கள் - பாகம் 1
2. கோணல் பக்கங்கள் - பாகம் 2
3. கோணல் பக்கங்கள் - பாகம் 3
4. கலகம் காதல் இசை
5. வாழ்வது எப்படி?
6. எனக்குக் குழந்தைகளைப் பிடிக்காது
7. தீராக் காதலி
8. கனவுகளின் மொழிபெயர்ப்பாளன்
9. கடவுளும் நானும்
10. மூடுபனிச் சாலை

11. ஆஸாதி... ஆஸாதி... ஆஸாதி...
12. தப்புத் தாளங்கள்
13. வரம்பு மீறிய பிரதிகள்
14. தாந்தேயின் சிறுத்தை
15. கடவுளும் சைத்தானும்
16. கலையும் காமமும்
17. மலாவி என்றொரு தேசம்
18. கெட்ட வார்த்தை
19. மனம் கொத்திப் பறவை
20. எங்கே உன் கடவுள்?
21. கடைசிப் பக்கங்கள்
22. பழுப்பு நிறப் பக்கங்கள் (பாகம் - 1)
23. பழுப்பு நிறப் பக்கங்கள் (பாகம் - 2)
24. பழுப்பு நிறப் பக்கங்கள் (பாகம் - 3)
25. சரசம் சல்லாபம் சாமியார்
26. வேற்றுலகவாசியின் டயரிக் குறிப்புகள்
27. நிலவு தேயாத தேசம்
28. மழையா பெய்கிறது?
29. மெதூஸாவின் மதுக்கோப்பை
30. நாடோடியின் நாட்குறிப்புகள்
31. அதிகாரம் அமைதி சுதந்திரம்
32. திசை அறியும் பறவைகள்

சினிமா

1. லத்தீன் அமெரிக்க சினிமா - ஓர் அறிமுகம்
2. சினிமா: அலைந்து திரிபவனின் அழகியல்
3. சினிமா சினிமா
4. நரகத்திலிருந்து ஒரு குரல்
5. கனவுகளின் நடனம்

கேள்வி - பதில்

1. அருகில் வராதே
2. அறம் பொருள் இன்பம்

நேர்காணல்

1. ஒழுங்கின்மையின் வெறியாட்டம்

இணையதளம்

www.charuonline.com
www.charunivedita.com